મ્યુચ્યુઅલ ફંડ

મિહિર જાગૃતિ વોરા

આ પુસ્તક હું મારા માતા પિતા, મોટા ભાઈ ભાભી
અને નાની પ્રિય ભત્રીજી ને અર્પણ કરું છું.

સામગ્રી

પ્રસ્તાવના

મિત્રો આ પુસ્તક માં મેં વિવિધ માહિતી માટે મ્યુચ્યુઅલ ફંડ ને લગતી વિવિધ વેબ સાઈટ અને તેના સંદર્ભો અને વિવિધ નિષ્ણાત ના અનુભવ અને તેમના મ્યુચ્યુઅલ ફંડના જ્ઞાન નો લાભ લીધો છે , એક જ પુસ્તક માં મ્યુચ્યુઅલ ફંડ ને લગતી વિવિધ માહિતી મળી રહે તે હેતુ થીજ આ પુસ્તક લખ્યું છે જેમાં મેં મારા જાત અનુભવ ને આધારે મ્યુચ્યુઅલ ફંડ ને લગતી માત્ર માહિતી આપી છે , મારા એક પણ શબ્દો પોતાના નથી જેની નોંધ લેજો .આ માટે મેં વિવિધ મ્યુચ્યુઅલ ફંડ ને લગતી બહુ વિવિધ કંપનીઓ ની માહિતી અને વેબ સાઈટ અને તેના જ્ઞાન કેન્દ્ર નો ઉપયોગ કર્યો છે .અહીં આપેલી માહિતી માત્ર ધારણાઓ અને માહિતી પર આધારિત છે..આ પુસ્તક કે કોઈપણ પ્રકારની માન્યતા, માહિતીને સમર્થન આપતું નથી. કોઈપણ માહિતી અથવા ધારણા પર અમલ કરતાં પહેલાં સંબંધિત નિષ્ણાતની સલાહ લો.

સ્વીકૃતિઓ

આપુસ્તકમા મારા એક પણ શબ્દો પોતાના નથી જેની નોંધ લેજો .આ માટે મેં વિવિધ મ્યુચ્યુઅલ ફંડ ને લગતી બહુ વિવિધ કંપનીઓ ની માહિતી અને વેબ સાઈટ અને તેના જ્ઞાન કેન્દ્ર નો ઉપયોગ કર્યો છે. આ પુસ્તક માટે મેં વિવિધ મ્યુચ્યુઅલ ફંડ લેખ આધારિત માહિતી, વિકિપીડિયા ,મ્યુચ્યુઅલ ફંડ લેખ ને લાગતા આવેલા વિવિધ અખબારી અહેવાલ અને મ્યુચ્યુઅલ ફંડ ને લગતા જે તે લેખક ના લેખ ના સંદર્ભોનો,વિવિધ મ્યુચ્યુઅલ ફંડ ને લગતી બહુ વિવિધ કંપનીઓ ની માહિતી અને વેબ સાઈટ નો સહારો લીધો છે તે સૌ નો હું આભાર માનું છું .અહીં આપેલી માહિતી માત્ર ધારણાઓ અને માહિતી પર આધારિત છે..આ પુસ્તક કે કોઈપણ પ્રકારની માન્યતા, માહિતીને સમર્થન આપતું નથી. કોઈપણ માહિતી અથવા ધારણા પર અમલ કરતાં પહેલાં સંબંધિત નિષ્ણાતની સલાહ લો.

અનુક્રમણિકા

1

મ્યુચ્યુઅલ ફંડ શું છે? શું ધ્યાનમાં રાખવું?

એસેટ મેનેજમેન્ટ કંપની મ્યુચ્યુઅલ ફંડમાં AMCનું પૂર્ણ સ્વરૂપ એસેટ મેનેજમેન્ટ કંપની છે. AMCs ભારતમાં ટ્રસ્ટ તરીકે રચાય છે. AMC એ એવી કંપનીઓ છે જે વિવિધ સિક્યોરિટીઝમાં રોકાણ કરવા માટે વિવિધ રોકાણકારો પાસેથી નાણાં એકત્રિત કરે છે.

AMC વિવિધ સિક્યોરિટીઝ જેવી કે સ્ટોક્સ, બોન્ડ્સ, સરકારી સિક્યોરિટીઝ અને કોમોડિટીઝ વગેરેમાં એકત્રિત કરેલા નાણાંનું રોકાણ કરે છેઆ એવું ટ્રસ્ટ છે જે સામાન્ય રોકાણ ઉદ્દેશ ધરાવતા ઘણા બધા રોકાણકારો પાસેથી નાણાં એકત્રિત કરે છે. ત્યાર પછી તે ઇક્વિટીઝ, બોન્ડ્સ, નાણાં બજારનાં સાધનો અને અન્ય જામીનગીરીઓમાં નાણાંનું રોકાણ કરે છે.

દરેક રોકાણકાર યુનિટ્સ ધરાવે છે, જે ફંડનાં હોલ્ડિંગનો હિસ્સો રજૂ કરે છે. સ્કિમની નેટ એસેટ વેલ્યુ કે એનએવીની ગણતરી કરીને અમુક ખર્ચની કપાત કર્યા પછી આ એકત્રિત રોકાણમાંથી થયેલી આવક/લાભને રોકાણકારોમાં સમપ્રમાણમાં વિતરિત કરવામાં આવે છે. સરળ શબ્દોમાં કરીએ તો મ્યુચ્યુઅલ ફંડ સામાન્ય વ્યક્તિ માટે સૌથી વ્યવહાર્ય રોકાણ વિકલ્પો પૈકીનો એક છે, કારણ કે તે તુલનાત્મક રીતે નીચા ખર્ચે વૈવિધ્યસભર, વ્યાવસાયિક રીતે સંચાલિત

જામીનગીરીઓનાં બાસ્કેટમાં રોકાણ કરવાની તક ઓફર કરે છે.

મ્યુચ્યુઅલ ફંડ સ્કીમમાં રોકાણ કેવી રીતે શરૂ કરવું?

મ્યુચ્યુઅલ ફંડના રોકાણકારોએ પહેલી વખત પોતાનું કેવાયસી પૂર્ણ કરવાનું હોય છે, જે એક સમયની પ્રક્રિયા છે. તમે, કેવાયસી ખરાઇને પૂર્ણ કરવામાં તમને મદદ કરે તે માટે કાં તો વિતરકનો કે રોકાણ સલાહકારનો સંપર્ક કરી શકો છો અથવા તમે ઇ-કેવાયસી ઓનલાઇન કરી શકો છો. કેવાયસી મ્યુચ્યુઅલ ફંડનાં વિશ્વની ચાવીને સમાન છે. તમે એક વખત તમારું કેવાયસી પૂર્ણ કરી લો ત્યાર પછી તમે દરેક રોકાણ માટે વધારે ખરાઇમાંથી પસાર થયા વિના કોઇ પણ ફંડમાં રોકાણ કરી શકો છો.

તમે કેવાયસીની ખરાઇ પછી એક વખત રોકાણ કરવા માટે તૈયાર થઈ જાઓ ત્યાર પછી તમે મ્યુચ્યુઅલ ફંડના વિતરકો, નોંધણી પામેલા રોકાણ સલાહકાર, શેરબજારના બ્રોકર, બેંક કે અન્ય કોઇ નાણાકીય મધ્યસ્થીની મદદથી રોકાણ કરવાનું પસંદ કરી શકો છો. પરંતુ જો તમે તમારી જાતે રોકાણ કરવા માગતા હો તો તમે ફંડ હાઉસની નજીકની ઓફિસમાં જઈ શકો છો અથવા ઓનલાઇન રોકાણ કરવા માટે તેમની વેબસાઇટની મુલાકાત લઈ શકો છો અથવા અન્ય કોઇ ઓનલાઇન મંચ મારફતે કરી શકો છો.

સીધું કરવું કે વિતરક મારફતે રોકાણ કરવું, એ બંને વચ્ચેની પસંદગી વ્યક્તિગત હોય છે. જો તમે એવી વ્યક્તિ હો કે જે પોતાનું રોકાણ પોતાની જાતે સંચાલિત કરવું ગમતું હોય તો તમે ચોક્કસપણે ફંડની વેબસાઇટ મારફતે કે ઓનલાઇન મંચ મારફતે ઓનલાઇન રોકાણ કરી શકો છો. પરંતુ જો તમને રોકાણ કરવામાં સલાહ લેવી હોય કે મદદની જરૂર હોય તો તમે વિતરક, રોકાણ સલાહકાર, બેંક વગેરે જેવા મધ્યસ્થી મારફતે રોકાણ કરી શકો છો.

કેવાયસી પ્રક્રિયા શું છે?

કેવાયસી "નો યોર કસ્ટમર"નાં ટૂંકાક્ષર છે અને તેને કોઇ પણ નાણાકીય સંસ્થામાં ખાતું ખોલાવવાની પ્રક્રિયાના એક ભાગ તરીકે ગ્રાહકની ઓળખ પ્રક્રિયા માટે ઉપયોગમાં લેવામાં આવે છે કેવાયસી સૂચવેલા ફોટો ઓળખપત્ર (દા.ત. પાન કાર્ડ, આધાર કાર્ડ) અને સરનામાંના પુરાવા જેવા સંબંધિત સહાયક દસ્તાવેજો અને ઇન-પર્સન

વેરિફિકેશન (આઇપીવી) મારફતે રોકાણકારની ઓળખ, સરનામાંને સ્થાપિત કરે છે. કેવાયસીનું અનુસરણ પ્રિવેન્શન ઓફ મની લોન્ડરિંગ એક્ટ, 2002 અને તેના હેઠળ ઘડવામાં આવેલા નિયમો હેઠળ ફરજિયાત છે, એન્ટી મની લોન્ડરિંગ (એએમએલ) સ્ટાન્ડર્સ/ કોમ્બેટિંગ ફાયનાન્સિંગ ઓફ ટેરરિઝમ (સીએફટી)/ ઓબ્લિગેશન્સ ઓફ સિક્યોરિટિઝ માર્કેટ ઇન્ટરમિડિએટરીઝ અંગેનો સેબી માસ્ટર સર્ક્યુલર વાંચો.

નો યોર કસ્ટમર સામાન્યપણે 2 ભાગમાં વહેંચાયેલી છે:

ભાગ 1માં સેન્ટ્રલ કેવાયસી રજિસ્ટ્રી દ્વારા સૂચવ્યા પ્રમાણે રોકાણકારની પાયારૂપ અને એકસમાન કેવાયસી વિગતો સામેલ થાય છે, જેનો ઉપયોગ તમામ નોંધણી પામેલા નાણાકીય મધ્યસ્થીઓ કરે છે અને

ભાગ 2માં કેવાયસીની વધારાની માહિતી હોય છે, જે રોકાણકારનું ખાતું ખોલતી નાણાકીય મધ્યસ્થીઓ જેવી કે મ્યુચ્યુઅલ ફંડ, શેરબજારના દલાલ, ડિપોઝિટરી પાર્ટિસિપન્ટ દ્વારા અલગથી માગવામાં આવી શકે છે

ભારતમાં તમામ મ્યુચ્યુઅલ ફંડઝનું નિયમન સિક્યોરિટિઝ એન્ડ એક્સચેન્જ બોર્ડ ઓફ ઇન્ડિયા (સેબી) દ્વારા થાય છે. મ્યુચ્યુઅલ ફંડ નિયમનો એસેટ મેનેજમેન્ટ કંપનીઝ (એએમસી) અને કસ્ટોડિયન્સની ભૂમિકા અને જવાબદારીઓ સ્પષ્ટપણે વ્યાખ્યાયિત કરે છે. એ વાત યાદ રાખવી જોઇએ કે દરેક રોકાણકારે રોકાણ કરતા પહેલા અસરકારક કેવાયસી પ્રક્રિયા પૂર્ણ કરવાની હોય છે. તેથી માન્ય પાન કાર્ડ ધરાવતા હોય એવા માત્ર બોનાફાઇડ રોકાણકારો મ્યુચ્યુઅલ ફંડ સ્કિમ્સમાં રોકાણ કરી શકે છે. આવા રોકાણકારો બેંકની વિગતો પણ પૂરી પાડે છે, જેથી તમામ રિડિમ્પશનની આવક સીધી રોકાણકારના પોતાના ખાતામાં જમા થાય છે.

સેબી એ પણ સુનિશ્ચિત કરે છે કે એએમસીની દેખરેખ બોર્ડ ઓફ ટ્રસ્ટીઝ દ્વારા થાય, જેમાંના કેટલાક સભ્યો સ્વતંત્ર વ્યક્તિઓ હોવા જરૂરી છે. આ ટ્રસ્ટીઝ સુરક્ષા અને અનુપાલનનાં વધુ એક સ્તરને સુનિશ્ચિત કરે છે.

નિયમનો અને સુરક્ષા એ સુનિશ્ચિત કરે છે કે તેમનો ક્યારેય દુરુપયોગ ન વિષયાંત્તર નહીં થાય અને કોઇ વ્યક્તિ તેમના નાણાં લઇને ભાગી નહીં જાય.

એનએવી એટલે ક્લોસ એન્ડ ફંડ (રોકાણકારો દ્વારા જે શેરનું વેચાણ થાય છે.) તેની એનએવી કરતા ઉંચી કિંમતે કે નીચી કિંમતે સોદા કરી શકાય છે. જેને અનુક્રમે પ્રીમિયમ અને ડીસકાઉન્ટ કહેવાય છે. જો ફંડને વિવિધ કલાસ શેરોમાં વિભાજીત કરવામાં આવ્યો હોય ત્યારે દરેક કલાસની એક અલગ એનએવી હોય છે, જે અલગ વર્ગની ફી અને ખર્ચ દર્શાવે છે.

મ્યુચ્યુઅલ ફંડની પસંદગી કરતી વખતે આ વિકલ્પો સમજવા જરૂરી છે.

• ઈક્વિટી ફંડ: આ વિકલ્પમાં સ્ટોક અને ઇક્વિટી આધારિત અન્ય સાધનોમાં ફંડનું રોકાણ થાય છે.

• ડેટ ફંડ: ફિક્સ આવક હોય તેવા વિકલ્પમાં રોકાણ થાય છે.

• મની માર્કેટ ફંડ: ટૂંકા ગાળા મની માર્કેટના વિકલ્પમાં રોકાણ થાય છે

• હાઈબ્રીડ ફંડ: આ પ્રકારના ફંડનું ઈક્વિટી અને ડેટ એમ બંને વિકલ્પમાં રોકાણ થાય છે.

ઓપન એન્ડેડ ફન્ડ્સ અને ક્લોઝ એન્ડેડ ફન્ડ્સ

ઓપન એન્ડેડ ફન્ડ્સમાં તમે કોઈપણ સમયે રોકાણ કરી શકો છો અને ગમે ત્યારે વેચી શકો છો. જ્યારે ક્લોઝ એન્ડેડ ફન્ડ્સ ફક્ત AMC પાસેથી ન્યૂ ફંડ ઓફર (NFO) દરમિયાન જ ખરીદી શકાય છે.

શું ધ્યાનમાં રાખવું?

મ્યુચ્યુઅલ ફંડની પસંદગી કરવા સમય, જોખમ લેવાની ક્ષમતા અને

વળતરના ટાર્ગેટને ધ્યાનમાં લેવું પડે છે. અમુક મ્યુચ્યુઅલ ફંડ ટૂંકા ગાળાના રોકાણ માટે વધુ અનુકૂળ હોય છે, અમુકમાં લાંબા ગાળાના લક્ષ્યો ધ્યાનમાં રાખવામાં આવે છે. તમે લાંબા ગાળાની જરૂરિયાતને પહોંચી વળવા માટે રોકાણ કરવાનું વિચારી રહ્યા હોવ અને જોખમ તથા વોલેટિલિટીની યોગ્ય રીતે સંભાળી શકો તો લાંબાગાળાનું રોકાણ સારી પસંદગી હોઈ શકે છે.

કોઈપણ વ્યક્તિ કરી શકે છે રોકાણ

મ્યુચ્યુઅલ ફંડમાં કોઈપણ વ્યક્તિ રોકાણ કરી શકે છે. તમે ઓછામાં ઓછું રૂ. 500 સુધીનું રોકાણ કરી શકો છો. ભારતીય નાગરિક અને NRI બંને મ્યુચ્યુઅલ ફંડમાં રોકાણ કરી શકે છે. તમે જીવનસાથી કે બાળકોના નામે પણ રોકાણ કરી શકો છો. તમારું બાળક 18 વર્ષથી ઓછી ઉંમરનું હોય તો તમારે તેના નામે રોકાણ કરતી વખતે તમારી વિગતો આપવી પડશે. તે 18 વર્ષનું થાય ત્યાં સુધી તમે તે એકાઉન્ટનું સંચાલન કરશો. ભાગીદારી કંપનીઓ, એલએલપી, ટ્રસ્ટ અને કંપનીઓ પણ મ્યુચ્યુઅલ ફંડમાં રોકાણ કરી શકે છે.

મ્યુચ્યુઅલ ફંડમાં સેબીની ભૂમિકા

મ્યુચ્યુઅલ ફંડ્સને SEBI (સિક્યોરિટીઝ એન્ડ એક્સચેન્જ બોર્ડ ઓફ ઇન્ડિયા) નિયંત્રિત કરે છે. રોકાણકારોના નાણાંને બજારમાં સુરક્ષિત રાખવાનું કામ SEBI દ્વારા કરવામાં આવે છે.

કેટલી ફી લેવાય છે?

મ્યુચ્યુઅલ ફંડમાં વાર્ષિક ધોરણે ફી લેવામાં આવે છે. જેને એક્સપેન્સ રેશિયો તરીકે ઓળખવામાં આવે છે. કેટલાક કિસ્સામાં કમિશન પણ લેવાય છે.

રોકાણ કરતા પહેલા રેટિંગ તપાસવું જરૂરી

મ્યુચ્યુઅલ ફંડના રેટિંગને સ્ટાર રેટિંગ કહેવામાં આવે છે. આ રેટિંગ મ્યુચ્યુઅલ ફંડ મોનિટરિંગ એજન્સીઓ દ્વારા આપવામાં આવે છે. આ જ સ્ટાર રેટિંગના આધારે લોકો નક્કી કરે છે કે મ્યુચ્યુઅલ ફંડ ખરીદવું કે નહીં.

સંદર્ભ :

https://www.mutualfundssahihai.com/
https://gu.wikipedia.org/
https://www.angelone.in
https://www.5paisa.com

અહીં આપેલી માહિતી માત્ર ધારણાઓ અને માહિતી પર આધારિત છે..આ પુસ્તક કે કોઈપણ પ્રકારની માન્યતા, માહિતીને સમર્થન આપતું નથી. કોઈપણ માહિતી અથવા ધારણા પર અમલ કરતાં પહેલાં સંબંધિત નિષ્ણાતની સલાહ લો.

2

મ્યુચ્યુઅલ ફંડ્ઝમાં રોકાણ કરવાની વિવિધ રીત

જો તમારી કેવાયસી પૂર્ણ થઈ હોય તો તમે મ્યુચ્યુઅલ ફંડમાં સીધું ઓનલાઇન કે ઓફલાઇન રોકાણ કરી શકો છો. જો તમને ઓનલાઇન વહેવાર કરવામાં પ્રતિકૂળતા હોય તો તમે તેની નજીકની શાખાની મુલાકાત લઈને ફંડમાં રોકાણ કરી શકો છો.

મ્યુચ્યુઅલ ફંડ સ્કિમ્સમાં સીધું રોકાણ કરવાનો સૌથી અનુકૂળ માર્ગ ઓનલાઇન છે અને તમે કમિશન પણ બચાવી શકો છો. તમે ફંડની વેબસાઇટ અથવા તેની આરટીએ સાઇટ મારફતે કે ફિનટેક મંચ મારફતે ઓનલાઇન રોકાણ કરી શકો છો. ફંડની વેબસાઇટ પર સીધું રોકાણ કરવા માટે તમારે બહુવિધ લોગિન્સ સંચાલિત કરવાની જરૂર હોય છે.

ડાઇરેક્ટ પ્લાનમાં રોકાણ કરવાનો અર્થ એ થાય છે કે તમે નાણાકીય યોજના બનાવવાની, તમારા લક્ષ્યાંકો માટે સૌથી યોગ્ય હોય એવા ફંડ્ઝ પસંદ કરવાની અને જો જરૂર હોય તો તેને પુનઃસમતુલિત કરવા માટે નિયમિતપણે પોર્ટફોલિયો પર દેખરેખ રાખવાની જવાબદારી લો છો. યોગ્ય ફંડ્ઝ પસંદ કરવા અને

પોર્ટફોલિયોને સંચાલિત કરવા માટે દરેક વ્યક્તિ મ્યુચ્યુઅલ ફંડ્ઝ અંગે પૂરતું જ્ઞાન ધરાવતા નથી. તેથી ડાઇરેક્ટ પ્લાન એવા રોકાણકારો માટે હોય છે જેઓ આને સરળતાથી સંચાલિત કરી શકતા હોય. નહીંતર મ્યુચ્યુઅલ ફંડ્ઝનું અપૂરતું જ્ઞાન ધરાવતા હોય એવા લોકો માટે વિતરક મારફતે રોકાણ કરવું સલાહપાત્ર છે.

શેરો કે બોન્ડ્ઝમાં સીધું રોકાણ કરવાને સ્થાને મ્યુચ્યુઅલ ફંડ્ઝ મારફતે રોકાણ કેમ કરવું તો

રોકાણ મ્યુચ્યુઅલ ફંડ્ઝ "માં" નહીં, પરંતુ મ્યુચ્યુઅલ ફંડ્ઝ "મારફતે" કરાયે છે. તમે ક્યારેક જ શેરો અને બોન્ડ્ઝની ખરીદી અને વેચાણમાં સામેલ હોઇ શકો છો, પરંતુ તમારા રોકાણને સંચાલિત કરવા માટે મ્યુચ્યુઅલ ફંડ્ઝની મદદ લેવી એ વધુ સારો વિચાર હોઇ શકે છે.

તમે જ્યારે મ્યુચ્યુઅલ ફંડ્ઝ મારફતે રોકાણ કરો ત્યારે તમે વ્યાવસાયિક મેનેજર્સની મદદથી પરોક્ષ રીતે શેરો, બોન્ડ્ઝ કે અન્ય રોકાણમાં રોકાણ કરો છો. તમારી જાતે કામ કરો તેને સ્થાને તમે થોડી ફી ચુકવો છો અને ફંડ મેનેજમેન્ટ કંપનીની સેવા મેળવો છો. આ સેવાઓમાં વિવિધ રોકાણનાં સંશોધન, પસંદગી અને ખરીદ-વેચ કે જેમાં ફંડ મેનેજર્સ સારી લાયકાત ધરાવતા હોય છે માત્ર તે જ નહીં, પરંતુ રોકાણને લગતી હિસાબી અને વહીવટી પ્રવૃત્તિઓનો પણ સમાવેશ થાય છે

વ્યક્તિ યોગ્ય રીતે ભરેલા અરજી પત્રને બેંકના ચેક કે ડ્રાફ્ટની સાથે મ્યુચ્યુઅલ ફંડ્ઝની શાખાની ઓફિસમાં કે નિયુક્ત ઇન્વેસ્ટર સર્વિસ સેન્ટર્સ (આઇએસસી)માં કે સંબંધિત મ્યુચ્યુઅલ ફંડ્ઝના રજિસ્ટ્રાર કે ટ્રાન્સફર એજન્ટ્સ સમક્ષ રજૂ કરીને મ્યુચ્યુઅલ ફંડ્ઝમાં રોકાણ કરી શકે છે.

વ્યક્તિ સંબંધિત મ્યુચ્યુઅલ ફંડ્ઝની વેબસાઇટ મારફતે ઓનલાઇન રોકાણ કરી શકે છે.

આ ઉપરાંત વ્યક્તિ નાણાકીય મધ્યસ્થી એટલે કે એએમએફઆઇમાં (અમ્ફી) નોંધણી પામેલા મ્યુચ્યુઅલ ફંડ વિતરકની મદદથી કે તેમના મારફતે રોકાણ કરી શકે છે અથવા કોઇ વિતરકને સામેલ કર્યા વિના કે તેમના મારફતે રોકાણ કર્યા વિના સીધું રોકાણ કરવાનું પસંદ કરી શકે છે.

મ્યુચ્યુઅલ ફંડ વિતરક વ્યક્તિ કે વ્યક્તિ વિનાની એન્ટિટી હોઇ શકે છે, જેમાં બેંક, બ્રોકિંગ હાઉસ કે ઓન-લાઇન વિતરણ ચેનલ પ્રોવાઇડર પણ સામેલ હોઇ શકે છે.

મારા માટે કયો ફંડ યોગ્ય છે?

કયા ફંડમાં રોકાણ કરવું એ અંગેનો નિર્ણય આ માહીતીને આધારે થાય છે. જો તમે નિવૃત્તિની યોજના જેવો લાંબા ગાળાનો ઉદ્દેશ ધરાવતા હોય અને થોડું જોખમ લેવા માટે તૈયાર હોય તો ઇક્વિટી કે બેલેન્સ્ડ ફંડ આદર્શ ગણાશે.

જો તમે થોડા મહિના માટે નાણાં એક બાજુ પર રાખવા જેવા ખૂબ ટૂંકા ગાળાનો લક્ષ્ય ધરાવતા હોય તો લિક્વિડ ફંડ આદર્શ ગણાશે. જો વિચાર નિયમિત આવકનું સર્જન કરવાનો હોય તો માસિક આવક યોજના કે ઇન્કમ ફંડની ભલામણ કરવામાં આવે છે.

કયા પ્રકારના ફંડમાં રોકાણ કરવું એ અંગેનો નિર્ણય લીધા પછી એઅેમસીમાંથી કોઇ વિશેષ સ્કિમ અંગેનો નિર્ણય લેવાનો રહે છે. આ નિર્ણય સામાન્યપણે એઅેમસીના ટ્રેક રેકોર્ડને, સ્કિમની યોગ્યતા, પોર્ટફોલિયોની વિગતો વગેરે નિશ્ચિત કર્યા પછી કરવામાં આવે છે.

સ્કિમની ફેક્ટશીટ્સ અને કી ઇન્ફોર્મેશન મેમોરેન્ડમ (ચાવીરૂપ માહિતી મેમોરેન્ડરમ) એવા બે દસ્તાવેજો છે જે દરેક રોકાણકારે રોકાણ કરતા પહેલા ધ્યાનથી વાંચવા જોઇએ. જો વ્યક્તિને વિગતવાર માહિતીની જરૂર હોય તો સ્કિમ ઇન્ફોર્મેશન ડોક્યુમેન્ટ જોવું જોઇએ. આ તમામ દરેક મ્યુચ્યુઅલ ફંડની વેબસાઇટ પર સરળતાથી મળી જાય છે.

હું મારા જોખમ નું મૂલ્યાંકન કેવી રીતે કરીશ?

દરેક રોકાણકાર વિશિષ્ટ હોય છે. માત્ર રોકાણ ધ્યેયોના સંબંધમાં જ નહીં, પરંતુ જોખમના અભિગમ અને દૃષ્ટિકોણના સંબંધમાં પણ. આ બાબત રોકાણ કરતા પહેલા જોખમ પ્રોફાઇલને ખૂબ મહત્ત્વપૂર્ણ બનાવે છે.

જોખમ પ્રોફાઇલર એક પ્રશ્નાવલી હોય છે, જેમાં રોકાણકારે "ક્ષમતા" અને "ઇચ્છા" બંને અંગે પ્રશ્નોના ઉત્તર આપવાના હોય છે.

એવી ભલામણ કરવામાં આવે છે કે રોકાણકારે આ કાર્ય પૂર્ણ કરવા માટે અને તેમના જોખમ પ્રોફાઇલને જાણવા માટે તેમના મ્યુચ્યુઅલ

ફંડ વિતરક કે રોકાણ સલાહકારનો સંપર્ક કરવો જોઇએ.

જોખમ અને વળતરની વચ્ચેનો સહ-સંબંધ

'જોખમ'ને મૂડીનાં નુકસાનની સંભાવના કે રોકાણ મૂલ્યમાં ઉતાર-ચડાવ અને અસ્થિરતા તરીકે માપવામાં આવે તો અસ્કયામતોના વર્ગો જેવા કે ઇક્વિટી નિશંકપણે સૌથી જોખમી હોય છે અને બેંકના બચત ખાતા કે સરકારી બોન્ડમાં રોકેલા નાણાં સ્વાભાવિકપણે સૌથી ઓછા જોખમી હોય છે.

મ્યુચ્યુઅલ ફંડ વિશ્વમાં લિક્વિડ ફંડ સૌથી ઓછા જોખમી હોય છે અને ઇક્વિટી ફંડ સૌથી વધુ જોખમી હોય છે.

તેથી ઇક્વિટીમાં રોકાણ કરવાનું એક માત્ર કારણ ઊંચા વળતરની અપેક્ષા હશે. જોકે ઇક્વિટીમાં રોકાણ કરતી વ્યક્તિને ઊંચા વળતર ત્યારે જ પ્રાપ્ત થાય છે જ્યારે તેઓ ધ્યાનપૂર્વક અભ્યાસ કર્યા પછી ધિરજ તથા લાંબા ગાળા માટે રોકાણ કરે છે. હકીકતમાં ઇક્વિટીમાં જોખમ વૈવિધ્યકરણને અપનાવી તેમ જ લાંબી અવધિને અપનાવીને ઘટાડી શકાય છે.

મ્યુચ્યુઅલ ફંડ સ્કિમ્સનો દરેક વર્ગ જોખમના વિભિન્ન પ્રકાર ધરાવે છે જેવા કે ક્રેડિટ જોખમ, વ્યાજદરનાં જોખમ, તરલતા જોખમ, બજાર/કિંમત જોખમ, કારોબાર જોખમ, ઇવેન્ટ જોખમ, નિયમિનકારી જોખમ વગેરે. તમારા રોકાણ સલાહકાર અને ફંડ મેનેજરની નિપુણતા અને વૈવિધ્યકરણ તેમને ઘટાડવામાં મદદ કરી શકે છે.

શું ફંડ મેનેજર્સ જરૂરી છે?

ફંડ મેનેજર ઓપરેશન થિએટરમાં ઉપસ્થિત એક સર્જનને સમાન હોય છે. હકીકતમાં સર્જન મહત્વપૂર્ણ ઓપરેશન કરે છે તેમ છતાં પણ તેમને આસિસ્ટન્ટ સર્જન્સ, એનેસ્થેટિસ્ટ્સ, નર્સ અને અન્ય સહાયક સ્ટાક સહાય કરે છે. આવી જ રીતે ફંડ મેનેજરને સંશોધન ટીમ, જુનિયર ફંડ મેનેજર્સ અને ઓપરેશન્સ ટીમ સહાય કરે છે. ઓપરેશન સફળ થાય એ સુનિશ્ચિત કરવા માટે સર્જન પાસે તમામ અત્યાધુનિક ઉપકરણ હોય છે એવી જ રીતે ફંડ મેનેજર તાજેતરની માહિતી, અહેવાલો અને વિશ્લેષણોનો ઉપયોગ કરે છે.

અનુભવી ફંડ મેનેજરે ઘણા આર્થિક ચક્રો, કારોબારના વિકાસ, રાજકીય અને નીતિવિષયક ફેરફારો જોયા હોય છે. આવા મુદ્દાઓનો

ભાર રોકાણ દેખાવ પર પડે છે. આ તમામ મુદ્દાઓ સામાન્યપણે સરેરાશ રોકાણકારની સમજથી બહાર હોવાથી ફંડ મેનેજર માત્ર તેમની નિપુણતા અને ક્ષમતાનો જ ઉપયોગ નથી કરતા, પરંતુ તેમની પાસે ઉપલબ્ધ જાણકારી અને ડેટામાંથી એકત્રિત જ્ઞાનનો પણ ઉપયોગ કરે છે.

મોટા ભાગની મ્યુચ્યુઅલ ફંડ સ્કિમ્સ ઓપન એન્ડ સ્કિમ્સ હોય છે, જે રોકાણકારોને સમયનાં કોઇ નિયંત્રણો વિના રોકાણ કરેલી સમગ્ર રકમને રિડિમ કરવાની મંજૂરી આપે છે.

માત્ર અમુક પરિસ્થિતિઓમાં બોર્ડ ઓફ ટ્રસ્ટીઝ દ્વારા લીધેલા નિર્ણય અનુસાર અસાધારણ સંજોગો હેઠળ રિડિમ્પશન પર નિયંત્રણ લાદવામાં આવે છે.

સેક્શન 80સી હેઠળ વેરાના લાભ ઓફર કરતી તમામ ઇક્વિટી લિન્ક્ડ સેવિંગ્સ સ્કિમ્સમાં (ઇએલએસએસ) 3 વર્ષની અવધિ માટે 'લોક-ઇન' રોકાણ કરવું આવશ્યક છે. જોકે તે અવધિ દરમિયાન આ સ્કિમ્સ દ્વારા જાહેર કરેલા કોઇ ડિવિડન્ડ નિયંત્રણો વિના ચુકવણી માટે ઉપલબ્ધ હોય છે. સ્કિમ્સની અન્ય કોઇ કેટેગરી આવા કોઇ લોક-ઇન લાદી શકે નહીં. અમુક સ્કિમ્સ પાકતી મુદ્દત પહેલા રિડિમ્પશન માટે એક્ઝિટ-લોડ લાદી શકે છે, જેથી ટૂંકી અવધિ માટે રોકાણ થતું રોકી શકાય. એએમસી રજૂ કરી શકાતી લઘુત્તમ રકમ નિર્ધારિત કરી શકે છે. આવી તમામ માહિતી સ્કિમને લગતા દસ્તાવેજોમાં સામેલ હોય છે, જે રોકાણકારે રોકાણ કરતા પહેલા વાંચવા મહત્ત્વપૂર્ણ હોય છે.

ક્લોઝ એન્ડ સ્કિમ્સ નિશ્ચિત અવધિ ધરાવે છે અને એએમસી ટર્મિનેશન/ કન્ક્લુઝન તારીખ સુધી કોઇ રિડિમ્પશનને ભંડોળ પૂરું પાડી શકતી નથી કે મંજૂરી આપતી નથી. જોકે તમામ ક્લોઝ એન્ડ ફંડ્ઝનાં યુનિટ્સ શેરબજારમાં લિસ્ટેડ થયેલા હોય છે અને તરલતા ઇચ્છતા હોય એવા રોકાણકારે બજારનાં નિર્ધારિત દરે અન્ય ખરીદદારને યુનિટ્સનું વેચાણ કરવાનું હોય છે.

છેલ્લા કેટલાક વર્ષોમાં મ્યુચ્યુઅલ ફંડે સારું રિટર્ન આપ્યું છે. તેના કારણે રોકાણકારોમાં તેની લોકપ્રિયતા ઝડપથી વધી રહી છે. આવી સ્થિતિમાં તમે પણ મ્યુચ્યુઅલ ફંડમાં રોકાણ કરવાનો પ્લાન બનાવી રહ્યા છો તો તેના પહેલા કેટલીક બાબતોને સમજવી તમારા માટે જરૂરી

છે. મ્યુચ્યુઅલ ફંડમાં રોકાણ કરવા અને સારું રિટર્ન મેળવવા માટે તમારે કેટલીક મહત્ત્વપૂર્ણ બાબતોનું ધ્યાન રાખવું જોઈએ.

રોકાણ ક્યાં કરવું તે નક્કી કરો

રોકાણકારોએ સૌથી પહેલા રોકાણની યાદી તૈયાર કરી લેવી જોઈએ કે તેને ક્યાં અને કેટલા નાણાંનું રોકાણ કરવાની જરુર છે. આ પ્રક્રિયાને એસેટ એલોકેશન કહેવામાં આવે છે. એસેટ ફાળવણી એ એવી રીત છે કે તમે નક્કી કરો કે તમારા નાણાં જુદા જુદા રોકાણમાં કેવી રીતે મૂકવા કે જેમાં તમામ એસેટ ક્લાસનું યોગ્ય મિશ્રણ હોય.

એસેટ એલોકેશનના કેટલાક નિયમ છે જે તમને એ જણાવે છે કે કઈ ઉંમરમાં કેટલા પૈસા ભેગા કરવા છે. ઉદાહરણ માટે- જો કોઈ રોકાણકારની ઉંમર 25 વર્ષની છે તો તેને તેના રોકાણના 25% ડેટ ઈન્સ્ટ્રુમેન્ટ અને બાકીના ઈક્વિટીમાં રોકાણ કરવું જોઈએ. આ એક સામાન્ય નિમય છે. પરંતુ દરેક રોકાણકારોની જોખમ સહન કરવાની ક્ષમતા અલગ હોઈ શકે છે અને પરિસ્થિતિ અનુસાર બદલાઈ પણ શકે છે.

જેટલું જોખમ એટલો ફાયદો

વાસ્તવિકતા એ છે કે દરેક વ્યક્તિની પરિસ્થિતિ અને ફાઈનાન્શિયલ કન્ડિશન વિવિધ હોય છે. એસેટ એલોકેશનને સમજવા માટે ઉંમર, વ્યવસાય અને તમારા પર નિર્ભર પરિવારના સભ્યોની સંખ્યા વગેરેની જાણકારી તમને હોવી જોઈએ. તમે જેટવા યુવાન છો એટલું જ જોખમી રોકાણ કરી શકો છો અને તે તમને વધુ સારું વળતર પણ આપી શકે છે.

યોગ્ય ફંડ પસંદ કરો

તમારે એ જ ફંડ પસંદ કરવું જે તમારી જરુરિયાતો માટે યોગ્ય હોય. તેના માટે સૌથી પહેલા તમારું આર્થિક લક્ષ્યાંક નક્કી કરો. તે હિસાબથી રોકાણ કરો. રોકાણ કરતા પહેલા તમારે નક્કી કરી લેવું જોઈએ કે કયા ફંડમાં રોકાણ કરવાનું છે. તમામ પ્રકારના ફંડ રોકાણ માટે સારા હોય છે. તેના વિશે જાણકારી રાખવી જરુરી હોય છે.

પોર્ટફોલિયોમાં વિવિધતા જરુરી

એક પોર્ટફોલિયોમાં ઘણા એસેટ ક્લાસ સામેલ કરવા જોઈએ. વિવિધતા તમને રોકાણના નબળા પ્રદર્શનની ખરાબ અસરોથી

બચાવે છે. કેટલીકવાર કંપની અથવા સેક્ટરનું પ્રદર્શન બાકીના બજારના તુલનામાં વધારે ખરાબ હોય છે. આવી સ્થિતિમાં જો તમારા બધા પૈસાનું રોકાણ ન કર્યું હોય તો નિશ્ચિત રીતે તે તમારા માટે મદદગાર હોય છે. જો કે ઘણા પ્રકારના ફંડોમાં રોકાણ કરવું પણ યોગ્ય નથી.

તમારું રોકાણ કેવું પ્રદર્શન કરે છે તેની જાણકારી રાખો

રોકાણ કર્યા બાદ તમારું રોકાણ કેવું પ્રદર્શન કરી રહ્યું છે તેનો ટ્રેક રાખવો જરૂરી છે. આ પ્રકારની જાણકારી માટે મ્યુચ્યુઅલ ફંડ મંથલી અને ક્વાર્ટરલી ફેક્ટ શીટ અને ન્યૂઝલેટર પ્રકાશિત થાય છે જેમાં તેના પ્રદર્શન સાથે સંબંધિત જાણકારી હોય છે. તે ઉપરાંત મ્યુચ્યુઅલ ફંડની વેબસાઈટ પર પ્રદર્શનના આંકડા પણ જોઈ શકો છો.

રોકાણને બંધ કરવું યોગ્ય નથી

ઘણી વખત જોવામાં આવે છે કે લોકો કોરોનાકાળ જેવી વિપરીત સમય અથવા અન્ય ખરાબ સમયમાં સ્કિમમાંથી પૈસાને ઉપાડી લે છે. પરંતુ ડર અને લાલચના આધારે રોકાણનો નિર્ણય ન લેવો જોઈએ. તેના માટે રોકાણકારોએ મ્યુચ્યુઅલ ફંડના એસેટ એલોકેશન અથવા બેલેન્સ્ડ એડવાન્ટેજ કેટેગરીનો રસ્તો અપનાવો જોઈએ. વચ્ચેથી રોકાણને બંધ કરવું યોગ્ય નથી.

SIP દ્વારા રોકાણ કરવું યોગ્ય રહેશે

મ્યુચ્યુઅલ ફંડમાં એક સાથે પૈસાનું રોકાણ કરવાની જગ્યાએ સિસ્ટમેટિક ઈન્વેસ્ટમેન્ટ પ્લાન એટલે કે SIP દ્વારા રોકાણ કરવું જોઈએ. SIP દ્વારા તમે દર મહિને એક નિશ્ચિત અમાઉન્ટ તેમાં રોકાણ કરી શકો છો. તેનાથી રિસ્ક ઓછું થઈ જાય છે કેમ કે તેના પર બજારના ઉતાર ચઢાવની વધારે અસર નથી થતી.

લાંબા સમય માટે રોકાણ કરો

આ સ્કિમમાં ઓછામાં ઓછ 5 વર્ષનો ટાઈમ પિરિઅડ ધ્યાનમાં રાખીને રોકાણ કરવું જોઈએ. ધ્યાન રાખવું કે ટૂંકા ગાળામાં શેર બજારમાં ઉતાર-ચઢાવની અસર તમારા રોકાણ પર વધારે પડી શકે છે જ્યારે લાંબા ગાળામાં આ જોખમ ઓછું થઈ જાય છે.

સંદર્ભ :

https://www.mutualfundssahihai.com/

https://gu.wikipedia.org/
https://www.angelone.in
https://www.5paisa.com

અહીં આપેલી માહિતી માત્ર ધારણાઓ અને માહિતી પર આધારિત છે..આ પુસ્તક કે કોઈપણ પ્રકારની માન્યતા, માહિતીને સમર્થન આપતું નથી. કોઈપણ માહિતી અથવા ધારણા પર અમલ કરતાં પહેલાં સંબંધિત નિષ્ણાતની સલાહ લો.

3
મ્યુચ્યુઅલ ફંડ્ઝના વિભિન્ન પ્રકાર

એવી ઘણી ફિનટેક કંપનીઓ છે જે વિના મૂલ્યે કે ફી સાથે ડાઇરેક્ટ મ્યુચ્યુઅલ ફંડ રોકાણ મંચો ઓફર કરે છે. આમાંના મોટા ભાગનાં મંચો સેબી સમક્ષ નોંધણી પામેલા હોય છે, આમ સારું નિયમન ધરાવતા હોય છે અને સેબી દ્વારા ફરજિયાત બનાવેલી સુરક્ષા તથા ગોપનીયતાની માર્ગદર્શિતા દ્વારા નિયંત્રિત હોય છે. આજે ફોર્ચ્યુન 500 કંપનીઓ પણ હેક થઈ શકતી હોય તો આજ રીતે મ્યુચ્યુઅલ ફંડ્ઝ મંચો પણ હેક થઈ શકે છે. જોકે આવું થવાની શક્યતા ઘણી ઓછી છે.

હાલમાં મોટા ભાગના ડાઇરેક્ટ મંચોની માલિકી લાંબા સમયથી અસ્તિત્વમાં ન હોય એવા સ્ટાર્ટઅપ્સ પાસે હોવાથી તેમાંની કેટલી બંધ થવાની અથવા મોટી કંપનીઓ દ્વારા તેમનું હસ્તાંતરણ થવાની શક્યતા હોઇ શકે છે. પરંતુ તમારે આ નોંધણી પામેલા મંચો મારફતે કરેલા તમારા રોકાણ અંગે ચિંતા કરવાની જરૂર નથી, ભલે પછી તેઓ ભવિષ્યમાં તેમનું અસ્તિત્વ ટકાવી ન શકે, કારણ કે તમારા દ્વારા રોકાણ કરેલા નાણાં મ્યુચ્યુઅલ ફંડ્ઝના ખાતામાં જાય છે અને ફંડ તમારા રોકાણનું ખાતું જાળવવા માટે સેબીના માન્યતાપ્રાપ્ત રજિસ્ટ્રાર ધરાવે છે.

તમે તમારા રોકાણ સુધી પહોંચવા માટે હંમેશાં ફંડ હાઉસનો સંપર્ક કરી શકો છો. જો તમને ડાઇરેક્ટ મંચનો યુઝર અનુભવ, ફી, તેના દ્વારા આપવામાં આવતી સેવાઓ ગમતી હોય અને જો ફાઉન્ડિંગ ટીમ આત્મવિશ્વાસને પ્રોત્સાહિત કરતી હોય તો તેને પસંદ કરો. તેના ભવિષ્ય અંગે અને તેમના મારફતે કરેલા તમારા રોકાણ અંગે ચિંતા કરશો નહીં. તેઓ હંમેશા ફંડ હાઉસ સાથે સુરક્ષિત રહેશે.

વિભિન્ન લોકોની વિભિન્ન જરૂરિયાતો પૂરી કરવા માટે મ્યુચ્યુઅલ ફંડ્ઝના વિભિન્ન પ્રકાર ઉપલબ્ધ છે. મોટે ભાગે તેના ત્રણ પ્રકાર હોય છે.

ઇક્વિટી કે ગ્રોથ ફંડ્ઝ

આ મુખ્યત્વે ઇક્વિટિઝમાં રોકાણ કરે છે એટલે કે કંપનીઓના શેરોમાં.

પ્રાથમિક ઉદ્દેશ સંપત્તિનું સર્જન કે મૂડીની વૃદ્ધિ હોય છે.

તેઓ ઊંચા વળતરનું સર્જન કરવાની ક્ષમતા ધરાવે છે અને તે લાંબા ગાળાનાં રોકાણ માટે શ્રેષ્ઠ હોય છે.

ઉદાહરણ તરીકે

"લાર્જ કેપ" ફંડ્ઝ જે મુખ્યત્વે એવી કંપનીઓમાં રોકાણ કરે છે જેઓ મોટા સ્થાપિત કારોબાર ચલાવે છે.

"મિડ કેપ" ફંડ્ઝ, જેઓ મધ્યમ-કદની કંપનીઓમાં રોકાણ કરે છે.

"સ્મોલ કેપ" ફંડ્ઝ જેઓ નાના કદની કંપનીઓમાં રોકાણ કરે છે.

"મલ્ટિ-કેપ" ફંડ્ઝ જેઓ મોટી, મધ્યમ અને નાના કદની કંપનીઓનાં મિશ્રણમાં રોકાણ કરે છે.

"સેક્ટર" ફંડ્ઝ જેઓ એવી કંપનીઓમાં રોકાણ કરે છે જે એક પ્રકારના કારોબાર સાથે સંબંધ ધરાવે છે. દા.ત. ટેકનોલોજિ ફંડ્ઝ જેઓ માત્ર ટેકનોલોજિ કંપનીઓમાં રોકાણ કરે છે.

"થિમેટિક" ફંડ્ઝ જેઓ સામાન્ય થીમમાં રોકાણ કરે છે. દા.ત. ઇન્ફ્રાસ્ટ્રક્ચર ફંડ્ઝ એવી કંપનીઓમાં રોકાણ કરે છે જેમને ઇન્ફ્રાસ્ટ્રક્ચર સેગમેન્ટમાં વૃદ્ધિથી લાભ થશે.

ટેક્સ-સેવિંગ ફંડ્ઝ

ઇન્કમ કે બોન્ડ કે ફિક્સ્ડ ઇન્કમ ફંડ્ઝ

તેઓ નિશ્ચિત આવકની જામીનગીરીઓ જેવી કે સરકારી જામીનગીરીઓ કે બોન્ડ્સ, કોમર્શિયલ પેપર્સ, ડિબેન્ચર્સ, બૅંક સર્ટિફિકેટ્સ ઓફ ડિપોઝિટ્સ અને નાણાં બજારનાં સાધનો જેવા કે ટ્રેઝરી બિલ્સ, કોમર્શિયલ પેપર વગેરેમાં રોકાણ કરે છે.

આ તુલનાત્મક રીતે સુરક્ષિત રોકાણ છે અને આવકનાં સર્જન માટે યોગ્ય પણ છે.

તેના ઉદાહરણ લિક્વિડ, ટૂંકી અવધિ, ફ્લોટિંગ રેટ, કોપોરેટ ડેટ, ડાયનામિક બોન્ડ, ગિલ્ટ ફંડઝ વગેરે છે.

હાઇબ્રિડ ફંડઝ

આ ઇક્વિટીઝ અને નિશ્ચિત આવકમાં રોકાણ કરે છે, તેથી તે વૃદ્ધિની સંભાવના તેમ જ આવકનાં સર્જન એમ બંને શ્રેષ્ઠ રીતે ઓફર કરે છે.

ઉદાહરણ તરીકે એગ્રેસિવ બેલેન્સ્ડ ફંડઝ, કન્ઝર્વેટિવ બેલેન્સ્ડ ફંડઝ, પેન્શન પ્લાન્સ, ચાઇલ્ડ પ્લાન્સ અને મંથલિ ઇન્કમ પ્લાન્સ વગેરે.

ઇટીએફ એક્સચેન્જ ટ્રેડેડ ફંડ છે, જે નિયમિત મ્યુચ્યુઅલ ફંડઝના વહેવારોથી અલગ શેરબજાર પર સામાન્ય શેર જેવા હોય છે.

સામાન્યપણે ઇટીએફના યુનિટ્સની ખરીદી અને વેચાણ માન્યતાપ્રાપ્ત શેરબજારના નોંધણી પામેલા દલાલ મારફતે થાય છે. ઇટીએફના યુનિટ્સ શેરબજારો પર લિસ્ટ થયેલા હોય છે અને એનએવી બજારની ગતિવિધી પ્રમાણે બદલાય છે. ઇટીએફના યુનિટ્સ માત્ર શેરબજાર પર લિસ્ટ થયેલા હોવાથી તેમને કોઇ પણ સામાન્ય ઓપન એન્ડ ઇક્વિટી ફંડની જેમ ખરીદી અને વેચી શકાતા નથી. રોકાણકાર એક્સચેન્જ મારફતે કોઇ પણ નિયંત્રણ વિના તેઓ ઇચ્છે એટલા યુનિટ્સ ખરીદી શકે છે.

સામાન્ય શબ્દોમાં ઇટીએફ એવા ફંડઝ છે જે સીએનએક્સ નિફ્ટી અથવા બીએસઇ સેન્સેક્સ વગેરે જેવા ઇન્ડેક્સિસને ટ્રેક કરે છે. જ્યારે તમે ઇટીએફના શેર/યુનિટ્સ ખરીદો ત્યારે તમે પોર્ટફોલિયોના એવા શેર/યુનિટ્સ ખરીદી રહ્યા છો જે તેના નેટિવ ઇન્ડેક્સની ઊપજ અને વળતરને ટ્રેક કરતા હોય. ઇટીએફ અને અન્ય પ્રકારના ઇન્ડેક્સ ફંડઝ વચ્ચેનો મુખ્ય તફાવત એ છે કે ઇટીએફ તેમના અનુરૂપ ઇન્ડેક્સ કરતા વધુ સારું પ્રદર્શન કરવાનો પ્રયત્ન કરતા નથી, પરંતુ તે ઇન્ડેક્સના

દેખાવની નકલ કરે છે. તે બજારને હરાવવાનો પ્રયત્ન કરતા નથી, પણ તે બજાર બનવાનો પ્રયત્ન કરે છે.

ઇટીએફ દૈનિક ઊંચી તરલતા અને મ્યુચ્યુઅલ ફંડ સ્કિમ્સ કરતા ઓછી ફી ધરાવે છે, જે તેમને વ્યક્તિગત રોકાણકારો માટે આકર્ષક વિકલ્પ બનાવે છે.

રોકાણકારોની વિવિધ જરૂરિયાતો પૂરી કરતા વિવિધ ઇક્વિટી ફંડ્ઝ હોય છે. આ તમામનો વ્યાપક ઉદ્દેશ લાંબા ગાળે મૂલ્ય વધારવાનો છે. ઉદહારણ તરીકે જેને આપણે ઓલિમ્પિક ગેમ્સમાં મોકલીએ છીએ. તેમાં ખેલાડીઓનું મોટું જૂથ હોય છે અને ત્યાર પછી વિવિધ રમત-ગમત માટે ટીમો હોય છે. ઓલિમ્પિક ગેમ્સમાં મોટી ઇવેન્ટ્સ પૈકીની એક "ટ્રેક એન્ડ ફિલ્ડ" ઇવેન્ટ છે. આપણે એક ગ્રુપને આ ઇવેન્ટ્સ માટે પણ મોકલીએ છીએ. તેની અંદર કેટલીક દોડ હોય છે – 100 મીટરની ઝડપી દોડથી લાંબા અંતરની દોડ, જેમાં મેરેથોનનો સમાવેશ થાય છે. સમગ્ર ટુકડી ઓલિમ્પિક ગેમ્સમાં સ્પર્ધા કરવા માટે ગઈ હોય છે તેમ છતાં પણ તેમાં વિવિધ ક્ષમતાના વિવિધ ખેલાડીઓ હશે.

આવું મ્યુચ્યુઅલ ફંડ્ઝ માટે પણ હોય છે. જો તમામ મ્યુચ્યુઅલ ફંડ સ્કિમ્સ ઓલિમ્પિકની સમગ્ર ટુકડીને સમાન હોય તો ઇક્વિટી ફંડ્ઝ તેમાં રહેલા એક જૂથ જેવું હોઇ શકે છે, જે વિવિધ ટ્રેક અને ફિલ્ડ ઇવેન્ટ્સમાં ભાગ લે છે. આપણે જોયું તેમ ટ્રેક અને ફિલ્ડની અંદર વિવિધ સબ-કેટેગરીઝ હોય છે તે જ પ્રમાણે ઇક્વિટી ફંડ્ઝમાં પણ વિવિધ સ્કિમ્સ હોય છે.

ડેટ ફંડ્ઝ એવા રોકાણકારો માટે હોય છે જેઓ મૂડીની સુરક્ષા અને રોકાણમાંથી નિયમિત આવક ઇચ્છતા હોય છે અને/અથવા ટૂંકા ગાળા માટે નાણાં રોકવા માગતા હોય છે.

જેમ કે તમે બેંકોમાં બચત ખાતું ખોલાવી શકો છો, જ્યાં તમે ઇચ્છો ત્યારે નાણાં મૂકી શકો છો અને ઉપાડી શકો છો. જોકે જો તમે થોડા સમય માટે નાણાંનો ઉપયોગ કરવાના ન હોય તો તેમને નિષ્ક્રિય રાખવાનો કોઇ અર્થ સરતો નથી. આવા કિસ્સામાં તમે ફિક્સ્ડ ડિપોઝિટ ખોલી શકો છો – જેમાં નાણાં નિશ્ચિત અવધિ માટે લોક રહે છે, જેની સામે તમને વ્યાજનાં ઊંચા દર કમાવવાની તક મળે છે. તમે રિકરિંગ

ડિપોઝિટનો વિકલ્પ પણ પસંદ કરી શકો છો, જેમાં તમે નિશ્ચિત અવધિ માટે દરેક મહિને સ્થાયી રકમનું રોકાણ કરતા રહો છો. આ તમામ પ્રોડક્ટ્સ જુદી જુદી જરૂરિયાતોમાં તમને મદદ કરે છે.

આ જ પ્રમાણે મ્યુચ્યુઅલ ફંડઝમાં પણ રોકાણકારોની વિવિધ જરૂરિયાતોને પૂરી કરવા માટે ડેટ ફંડ કેટેગરીમાં વિવિધ વિકલ્પો ઉપલબ્ધ છે જેવા કે લિક્વિડ ફંડઝ, ઇન્કમ ફંડઝ, સરકારી જામીનગીરીઓ અને ફિક્સ્ડ મેચ્યોરિટી પ્લાન્સ.રોકાણકારને તેમની જરૂરિયાતને આધારે સ્કિમ્સ પસંદ કરવાની સલાહ આપવામાં આવે છે.

અસ્ક્યામતના એક વર્ગમાં રોકાણ કરતી મ્યુચ્યુઅલ ફંડ સ્કિમ્સ નિષ્ણાત બોલર્સ કે બેટ્સમેન જેવી હોય છે. જ્યારે હાઇબ્રિડ ફંડઝ તરીકે ઓળખાતી અન્ય કેટલીક સ્કિમ્સ અસ્ક્યામતના એક કરતા વધુ વર્ગમાં રોકાણ કરે છે, દા.ત. કેટલીક સ્કિમ્સ ઇક્વિટી અને ડેટ બંનેમાં રોકાણ કરે છે. કેટલીક સ્કિમ્સ ઇક્વિટી અને ડેટ ઉપરાંત સોનામાં પણ રોકાણ કરે છે.

ક્રિકેટમાં આપણે ખેલાડીઓની વધુ સારી કુશળતાને આધારે બેટિંગ ઓલ-રાઉન્ડર્સ તેમ જ બોલિંગ ઓલ-રાઉન્ડર્સ જોઇએ છીએ. આ જ પ્રમાણે એવી મ્યુચ્યુઅલ ફંડ સ્કિમ્સ હોય છે જે અન્યની તુલનામાં અસ્ક્યામતના એક વર્ગમાં વધુ રોકાણ કરે છે.

સૌથી જૂનો વર્ગ બેલેન્સ્ડ ફંડ વર્ગ ઇક્વિટી અને ડેટમાં રોકાણ કરે છે. ઇક્વિટીમાં ફાળવણી સામાન્યપણે ઊંચી (65%થી વધુ) હોય છે અને બાકીની ફાળવણી ડેટમાં હોય છે.

એમઆઇપી કે મંથલી ઇન્કમ પ્લાન તરીકે ઓળખાતો અન્ય લોકપ્રિય વર્ગ રોકાણકારોને માસિક (કે નિયમિત) આવક પૂરી પાડવાનો પ્રયત્ન કરે છે. જોકે નિયમિત આવકની કોઇ બાંયધરી હોતી નથી. આ સ્કિમ્સ મુખ્યત્વે ડેટ જામીનગીરીઓમાં રોકાણ કરે છે, જેથી નિયમિત આવકનું સર્જન થઈ શકે. વર્ષી પછી વળતર વધારવા માટે નાના હિસ્સાનું ઇક્વિટીમાં રોકાણ કરવામાં આવે છે.

હાઇબ્રિડ સ્કિમનો અન્ય એક પ્રકાર ઇક્વિટી, ડેટ અને સોનામાં રોકાણ કરે છે, જેથી એક પોર્ટફોલિયોમાં અસ્ક્યામતના ત્રણ જુદા જુદા વર્ગનો લાભ મેળવી શકાય છે.

રોકાણકાર હાઇબ્રિડ પોર્ટફોલિયો બનાવવા માટે વિભિન્ન ઇક્વિટી કે ડેટ કે ગોલ્ડ ફંડ સ્કિમ્સ ખરીદવાનો કે વૈકલ્પિક રીતે હાઇબ્રિડ ફંડ ખરીદવાનો વિકલ્પ ધરાવે છે.

ગોલ્ડ ઇટીએફ એક્સચેન્જ-ટ્રેડેડ ફંડ (ઇટીએફ) છે, જે સોનાની સ્થાનિક ભૌતિક કિંમતને ટ્રેક કરે છે. તેઓ નિષ્ક્રિય રોકાણ સાધનો છે, જે સોનાની કિંમત પર આધારિત છે અને તેઓ ગોલ્ડ બુલિયનમાં રોકાણ કરે છે. ભારતમાં સોનું સામાન્યપણે દાગિનાનાં સ્વરૂપમાં રાખવામાં આવે છે, જેમાં કેટલોક ઘડામણનો અને ઘટનો ઘટક રહેલો હોય છે.

ગોલ્ડ ઇટીએફ ખરીદવાનો અર્થ એ થાય છે કે તમે સોનાને ઇલેક્ટ્રોનિક સ્વરૂપમાં ખરીદી રહ્યા છો. તમે જેમ સ્ટોકમાં લે-વેચ કરો છો એ રીતે ગોલ્ડ ઇટીએફને ખરીદી કે વેચી શકો છો. તમે જ્યારે ગોલ્ડ ઇટીએફને રિડિમ કરો ત્યારે તમે ભૌતિક સોનું પ્રાપ્ત કરતા નથી, પરંતુ તેને સમતુલ્ય રોકડ પ્રાપ્ત કરો છો. ગોલ્ડ ઇટીએફમાં લે-વેચ ડિમટીરિયલાઈઝ્ડ એકાઉન્ટ (ડીમેટ) અને દલાલ મારફતે થાય છે, જે તેને સોનામાં ઇલેક્ટ્રોનિકલી રોકાણ કરવાનો અત્યંત અનુકૂળ માર્ગ બનાવે છે.

સોનાની પ્રત્યક્ષ કિંમતોને લીધે ગોલ્ડ ઇટીએફનાં હોલ્ડિંગ પર સંપૂર્ણ પારદર્શકતા હોય છે. આ ઉપરાંત તેના અનોખા માળખાં અને સર્જન કાર્યપ્રણાલીને લીધે ઇટીએફ ભૌતિક સોનાનાં રોકાણની તુલનામાં ઘણા નીચા ખર્ચ ધરાવે છે

મ્યુચ્યુઅલ ફંડઝ કોઇ અપવાદ નથી.જો તમને વિભિન્ન કેટેગરીઝનાં ફંડઝ અને તેમના હેઠળ લિસ્ટ થયેલી તમામ સ્કિમ્સ શોધવામાં મુશ્કેલી થઈ રહી હોય તો . તમે દરેક કેટેગરી હેઠળ સ્કિમ્સની તુલના રજૂ કરતી વિશ્વસનીય વેબસાઇટની મુલાકાત લઈને આ પડકારમાંથી સરળતાથી બહાર નીકળી શકો છો. તમે ભૂતકાળના દેખાવ, ફંડઝની જોખમ પ્રોફાઇલ, ફંડઝ કેટલા સમયથી છે તે અને ફંડનાં કદ જેવા પાસાઓ જોઇ શકો છો.

તમે કોઇ પણ કેટેગરી હેઠળ તમામ સ્કિમ્સનાં વળતરને જોઇ શકો છો અને સ્કિમના દેખાવની તેના બેન્ચમાર્ક વળતર સાથે તુલના કરી શકો છો અને તેની સાથે સાથે સમાન કેટેગરીમાં તેમના સમકક્ષોમાં તેને કેવું પ્રદર્શન કર્યું છે તેનો ખ્યાલ પણ મેળવી શકો છો. શ્રેષ્ઠ ભાગ

એ છે કે તમે બંને રેગ્યુલર અને ડાઇરેક્ટ પ્લાન માટે વિવિધ સમય અવધિમાં ફંડના ટ્રેક રેકોર્ડને સમજવા માટે ગ્રાફિકલ ફોર્મેટમાં તેના બેન્ચમાર્કની સામે ફંડના ભૂતકાળના દેખાવને ટ્રેસ કરી શકો છો.

સંદર્ભ :

https://www.mutualfundssahihai.com/

https://gu.wikipedia.org/

https://www.angelone.in

https://www.5paisa.com

અહીં આપેલી માહિતી માત્ર ધારણાઓ અને માહિતી પર આધારિત છે..આ પુસ્તક કે કોઈપણ પ્રકારની માન્યતા, માહિતીને સમર્થન આપતું નથી. કોઈપણ માહિતી અથવા ધારણા પર અમલ કરતાં પહેલાં સંબંધિત નિષ્ણાતની સલાહ લો.

4

મ્યુચ્યુઅલ ફંડ્ઝમાં રોકાણ કરવા માટે મોટી રકમની જરૂર પડે?

લોકો એવું વિચારતા હોય છે કે મ્યુચ્યુઅલ ફંડ્ઝ ભદ્ર વર્ગનું રોકાણ છે અને તે માત્ર સમૃદ્ધ લોકો દ્વારા કરવામાં આવે છે. હકીકત એ છે કેઃ વ્યક્તિને મ્યુચ્યુઅલ ફંડ્ઝમાં રોકાણ કરવા માટે મોટી રકમની જરૂર હોતી નથી, તમે કયા પ્રકારનું ફંડ પસંદ કરો છો તેને આધારે ઓછામાં ઓછી રૂ. 500ની કે રૂ. 5000ની રકમથી શરૂ કરી શકો છો.

જો આપણે વિમાનથી થતી મુસાફરી પર ધ્યાન આપીએ તો ઇકોનોમી ઓફ સ્કેલને (બચત) સરળતાથી સમજ શકાય છે. વિમાનની કિંમત ઘણી બધી હોય છે, તેથી સ્વાભાવિક છે કે દરેક લોકો તેને ખરીદી શકે નહીં! જોકે આપણને વિમાનની મુસાફરીનો ખર્ચ પરવડી શકે છે, કારણ કે વિવિધ સમય બિંદુ પર સેવાઓનો ઉપયોગથી થતા તમામ ખર્ચને તમામ પ્રવાસીઓમાં વિભાજિત કરવામાં આવે છે.

આ જ પ્રમાણે વ્યક્તિ પાસે મોટી સંખ્યાના રોકાણનાં સ્થળોમાં રોકાણ મારફતે વૈવિધ્યસભર પોર્ટફોલિયોનું સર્જન કરવા માટે પૂરતા નાણાં ન પણ હોઇ શકે, વ્યક્તિ પાસે રોકાણ અંગેનું સંશોધન હાથ ધરવા કે તેને ખરીદવા માટે આવશ્યક પૂરતા નાણાં ન પણ હોઇ શકે. જોકે ઇકોનોમી ઓફ સ્કેલ નાના રોકાણકારોને મ્યુચ્યુઅલ ફંડઝ મારફતે બહુવિધ લાભ મેળવવા સક્ષમ બનાવે છે. તેથી નાના રોકાણકારો માટે મ્યુચ્યુઅલ ફંડઝ બચત અને રોકાણ માટેનું આદર્શ સાધન છે.

શું મ્યુચ્યુઅલ ફંડઝ ટૂંકી અવધિ કે લાંબી અવધિનાં રોકાણ માટે આદર્શ છે? "મ્યુચ્યુઅલ ફંડઝ ટૂંકી અવધિ માટે સારું બચત સાધન હોઇ શકે છે." "તમારે મ્યુચ્યુઅલ ફંડનાં રોકાણમાં ધિરજ રાખવી જ પડે છે. પરિણામો પ્રાપ્ત થવામાં સમય લાગે છે."

જુઓ, તે વ્યક્તિના રોકાણ ધ્યેય પર આધાર રાખે છે અને મોટા ભાગના ધ્યેયો સમયથી ચલિત હોય છે. કેટલીક સ્કિમ્સ ટૂંકી અવધિ માટે યોગ્ય હોય છે, જ્યારે એવી ઘણી સ્કિમ્સ છે જે લાંબી અવધિ માટે યોગ્ય હોય છે અને તેથી એવી પણ સ્કિમ્સ છે જે તે બંને વચ્ચેની અવધિ માટે યોગ્ય હોય છે.

તમારા મ્યુચ્યુઅલ ફંડ વિતરક અને તમારા રોકાણ સલાહકારની સલાહ લો, તમારા નાણાકીય ધ્યેયોની ચર્ચા કરો અને ત્યાર પછી તમે ક્યાં રોકાણ કરવા માગો છો એ અંગેનો નિર્ણય લો. ઉદાહરણ તરીકે ઇક્વટી ઓરિએન્ટેડ મ્યુચ્યુઅલ ફંડઝ – લાંબી અવધિ, સામાન્યપણે 5 વર્ષ કે તેથી વધુને પસંદ કરો.

ફિક્સ્ડ ઇન્કમ ઓરિએન્ટેડ મ્યુચ્યુઅલ ફંડઝ –

લિક્વિડ ફંડઝ – ખૂબ ટૂંકી અવધિ માટે – 1 વર્ષ કરતા ઓછી.

શોર્ટ ટર્મ બોન્ડ ફંડઝ – મધ્યમ અવધિ માટે – 1થી 3 વર્ષ.

લોંગ ટર્મ બોન્ડ ફંડઝ – લાંબી અવધિ માટે – 3 વર્ષ કે તેથી વધુ.

મ્યુચ્યુઅલ ફંડસ રોકાણનું એક પ્રચલિત રૂપ છે જ્યાં કંપની એક પૂલ બનાવવા અને તેને વિવિધ ક્ષેત્રોમાં રોકાણ કરવા માટે અનેક રોકાણકારી પાસેથી ભંડોળ એકત્રિત કરે છે. રોકાણથી ઉત્પન્ન થયેલ નફા રોકાણકારોમાં વિતરિત કરવામાં આવે છે.

રોકાણ માટે ભંડોળ પસંદ કરવાની એક સામાન્ય રીત ભૂતકાળની કામગીરીનું છે. પરંતુ આ ખાતરી નથી કે ભંડોળ સમાન દરે ચાલુ રહેશે. ભંડોળના પ્રદર્શનનું ટ્રેકિંગ રોકાણકારોને જણાવે છે કે ક્યારે ભંડોળ અનુકૂળ રીતે પ્રદર્શન કરે છે અને વધુ સારું રીબેલેન્સ પોર્ટફોલિયો ફાળવણી કરે છે. જ્યારે તમે તમારા ફંડને ટ્રેક કરતા નથી, ત્યારે તમે વિકાસની તકો ગુમાવી શકો છો.

તમારા પોર્ટફોલિયોનું સંચાલન કરતી વખતે, ખાસ કરીને જ્યારે બજારની સ્થિતિ અણધારી હોય ત્યારે ગુણવત્તાને પ્રાથમિકતા આપવી.

પોર્ટફોલિયો રિવ્યૂ તમને એ ઓળખવામાં મદદ કરે છે કે કયા સંપત્તિઓ બિન-પ્રદર્શન કરી રહી છે અથવા અન્ડરપર્ફોમિંગ છે. મૂલ્યાંકનના આધારે તમારા પોર્ટફોલિયોને ફરીથી કેલિબ્રેટ કરો અને તમારા લક્ષ્યને મેચ કરવા માટે રોકાણ ઉમેરો.

માર્કેટ બેન્ચમાર્ક ઇન્ડેક્સ સામે મ્યુચ્યુઅલ ફંડ રિટર્નની તુલના કરવી પર્ફોર્મન્સની તુલના કરવાની એક શ્રેષ્ઠ રીત છે.

બેંચમાર્ક ઇન્ડેક્સમાં બજારમાં શ્રેષ્ઠ પ્રદર્શન કરનાર સ્ટોક્સનો સમાવેશ થાય છે અને કોઈપણ વ્યક્તિ પર્ફોર્મન્સ ફેક્ટ-શીટની તુલના કરીને સમાન ફંડ્સના પ્રદર્શનને માપી શકે છે. પીયર ફંડ્સની તુલના કરવું તમારા પોર્ટફોલિયોની અસરકારકતા નક્કી કરવા માટે છે. મ્યુચ્યુઅલ ફંડ્સ હંમેશા સમાન કેટેગરીમાં રેન્કિંગને ટોચ કરવાનો પ્રયત્ન કરે છે, જેથી વધુ સારી કામગીરી માટે સંપત્તિ ફાળવણીનું વિશ્લેષણ કરવું સરળ બને છે.

જોખમ-સમાયોજિત રિટર્ન એ એક પગલું છે જે રોકાણકારોને ગ્રૂપમાંથી ઓછા જોખમ ભંડોળ પસંદ કરવાની મંજૂરી આપે છે.

જોખમ-સમાયોજિત રિટર્ન બેન્ચમાર્ક અને પીયર ફંડ્સ સામે ભંડોળના જોખમની ગણતરી કરે છે જે રોકાણ પર સમાન રિટર્ન ઉત્પન્ન કરે છે. પોર્ટફોલિયોમાં સ્ટોક્સની ગુણવત્તા સારી રિટર્ન પ્રદાન કરવાની ભંડોળની ક્ષમતાનો સૂચક છે. જે સૂચવે છે કે ગુણવત્તાયુક્ત સ્ટોક્સ સાથે ભંડોળ લાંબા સમય સુધી અન્ય ભંડોળને બહાર કરવાની સંભાવના છે, ખાસ કરીને અસ્થિર બજાર દરમિયાન.રોકાણ કરતી વખતે ભૂલ તમામ પ્રકારનાં રોકાણમાં થાય છે અને મ્યુચ્યુઅલ ફંડ્ઝ તેમાંથી બાકાત નથી.

પ્રોડક્ટને સમજ્યા વિના રોકાણ કરવું: ઉદાહરણ તરીકે ઇક્વિટી ફંડ્ઝ લાંબા ગાળા માટે હોય છે, પરંતુ રોકાણકારો ટૂંકા ગાળામાં સરળ વળતરની અપેક્ષા રાખતા હોય છે.

જોખમ પરિબળો જાણ્યા વિના રોકાણ કરવું: તમામ મ્યુચ્યુઅલ ફંડ સ્કિમ્સ અમુક જોખમ પરિબળો ધરાવે છે. રોકાણકારોએ રોકાણ કરતા પહેલા તેમને સમજવાની જરૂર હોય છે.

યોગ્ય રકમનું રોકાણ નહીં કરવું: ઘણા લોકો ઘણી વખત ધ્યેય કે યોજના વિના યાદચ્છિત રીતે રોકાણ કરતા હોય છે. આવા કિસ્સાઓમાં રોકાણ કરેલી રકમ ઇચ્છિત પરિણામો આપી શકતી નથી.

ઘણી વહેલી તકે રિડિમ કરવું: રોકાણકારોની ઘણી વખત ધિરજ ખૂટી જાય છે કે વળતરનો ઇચ્છિત દર પૂરો પાડી શકે તે માટે રોકાણને પૂરતો સમય આપતા નથી અને તેથી પાકતી મુદ્દત પહેલા રિડીમ કરે છે.

ટોળામાં જોડાઇ જવું: ઘણી વખત રોકાણકારો વ્યક્તિગત વિવેકથી કાર્ય કરતા નથી અને બજાર કે માધ્યમમાં ચાલી રહેલી વાતોમાં આવીને ખોટા નિર્ણયો લઈ લે છે અને તેથી ખોટી પસંદગી કરે છે.યોજના વિના રોકાણ કરવું: આ કદાચ સૌથી મોટી ભૂલ છે. રોકાણ કરેલા દરેક રૂપિયા માટે યોજના કે ધ્યેય હોય તે આવશ્યક છે.

ઇએલએસએસ ઇક્વિટી લિન્ક્ડ સેવિંગ્સ સ્કિમ છે, જે વ્યક્તિ કે એચયુએફને આવક વેરા ધારાની 1961 સેક્શન 80સી હેઠળ કુલ આવકમાંથી રૂ. 1.5 લાખ સુધીનાં ડિડક્ટશનની મંજૂરી આપે છે.

તેથી જો રોકાણકારે ઇએલએસએસ માં રૂ. 50,000નું રોકાણ કરવાના હોય તો આ રકમ કરપાત્ર કુલ આવકમાંથી ડિડક્ટ થશે, તેથી તેણીનું વેરાનું ભારણ ઘટે છે.

આ સ્કિમ્સ યુનિટ્સ ફાળવવામાં આવેલી તારીખથી ત્રણ વર્ષનો લોક-ઇન સમયગાળો ધરાવે છે. લોક-ઇન સમયગાળો પૂરો થાય પછી યુનિટ્સ રિડિમ કરવા કે સ્વિચ કરવા માટે મુક્ત હોય છે. ઇએલએસએસ ગ્રોથ અને ડિવિડન્ડ બંને વિકલ્પો ઓફર કરે છે. રોકાણકારો સિસ્ટેમેટિક ઇન્વેસ્ટમેન્ટ પ્લાન્સ (એસઆઇપી) મારફતે પણ રોકાણ કરી શકે છે અને નાણાકીય વર્ષમાં રૂ. 1.5 લાખ સુધીનું રોકાણ કરનાં ડિડક્શન માટે લાયક ઠરે છે.

સંદર્ભ :

https://www.mutualfundssahihai.com/
https://gu.wikipedia.org/
https://www.angelone.in
https://www.5paisa.com

અહીં આપેલી માહિતી માત્ર ધારણાઓ અને માહિતી પર આધારિત છે..આ પુસ્તક કે કોઈપણ પ્રકારની માન્યતા, માહિતીને સમર્થન આપતું નથી. કોઈપણ માહિતી અથવા ધારણા પર અમલ કરતાં પહેલાં સંબંધિત નિષ્ણાતની સલાહ લો.

5

મ્યુચ્યુઅલ ફંડ રિટર્નની ગણતરી

મ્યુચ્યુઅલ ફંડ રિટર્નની ગણતરી તમે કરેલા પ્રારંભિક રોકાણની તુલનામાં ચોક્કસ સમયગાળામાં તમારા રોકાણની મૂલ્યની પ્રશંસાની ગણતરી કરીને કરવામાં આવે છે. તમારા મ્યુચ્યુઅલ ફંડમાં નેટ એસેટ વેલ્યૂ અથવા એનએવી (NAV) છે. આ મૂલ્ય તમારા મ્યુચ્યુઅલ ફંડની વર્તમાન કિંમતનું સૂચક છે, તેથી, તેનો ઉપયોગ તમારા ફંડ ઇન્વેસ્ટમેન્ટ માટે રિટર્નની ગણતરી કરવા માટે કરવામાં આવે છે

મ્યુચ્યુઅલ ફંડ્સ માટે લાંબા ગાળાના રોકાણકારો તરફ લક્ષ્ય રાખવું જોઈએ, જે બજારમાં સંપૂર્ણ રીતે જોવામાં આવે તે કરતાં ઓછી અસ્થિરતા સાથે સતત અને સરળ વિકાસ મેળવવા માટે જરૂરી છે. લાંબા ગાળાના રોકાણકારો માટે એક ઓછું જોખમ સહનશીલતા ધરાવવી સામાન્ય છે કારણ કે તેઓ તેમના મ્યુચ્યુઅલ ફંડના રોકાણોથી મહત્તમ લાભ ઘટાડવાથી તેમના જોખમને ઘટાડવાનો સંબંધ ધરાવે છે.

સારા રિટર્ન નિર્ધારિત કરતી વખતે, વર્તમાન માર્કેટ પરફોર્મન્સ તેમજ વ્યાપક આર્થિક સ્થિતિઓ મહત્વપૂર્ણ છે. રોકાણ કરતા પહેલાં વિવિધ મ્યુચ્યુઅલ ફંડ રિટર્ન જોવા જરૂરી છે. આમાંથી દરેકને બજારના પ્રદર્શન અને સામાન્ય આર્થિક સ્થિતિઓની અસર થાય છે.

જ્યારે મ્યુચ્યુઅલ ફંડ રિટર્નની ગણતરી કેવી રીતે કરવી તેની બાબત આવે છે, ત્યારે તમે તમારા ફંડના રિટર્નના દરનો અંદાજ કરવા માટે ઓનલાઇન મ્યુચ્યુઅલ ફંડ રિટર્ન કેલ્ક્યુલેટર્સનો ઉપયોગ કરી શકો છો. ખાતરી કરો કે તમે તેમાં રોકાણ કરવાનું પસંદ કરો તે પહેલાં તમે મ્યુચ્યુઅલ ફંડમાં સારી રીતે રિસર્ચ કરો છો.

મ્યુચ્યુઅલ ફંડ ઇન્વેસ્ટમેન્ટની વાત આવે ત્યારે બે પ્રકારના રિટર્ન આવે છે. જે આ મુજબ છે

1. સંપૂર્ણ રિટર્ન:

આવા રિટર્ન તે રકમનો સંદર્ભ આપે છે જેના દ્વારા રિડમ્પશનના સમયે મ્યુચ્યુઅલ ફંડ સ્કીમ બદલાઈ ગઈ છે. ઉદાહરણ તરીકે, ૨૦૧૭ ની શરૂઆતમાં એક ભંડોળ યોજનામાં રૂ. 1 લાખનું રોકાણ કરે છે. ૨૦૨૦ જાન્યુઆરીમાં, મ્યુચ્યુઅલ ફંડ સ્કીમનું મૂલ્ય રૂ. 1.25 લાખ હતું. ત્રણ વર્ષ માટે રોકાણ કરવાનું પસંદ કરે છે. તેથી, 3 વર્ષના સમયગાળા દરમિયાન તેના રોકાણ દ્વારા કમાયેલ સંપૂર્ણ વળતરની ગણતરી નીચે મુજબ કરી શકાય છે:

સંપૂર્ણ રિટર્ન = (અંતિમ રોકાણ મૂલ્ય — પ્રારંભિક રોકાણ કરેલ રકમ) * 100 / રોકાણ કરેલી પ્રારંભિક રકમ

= (1,25,000–1,00,000) * 100 / 1,00,000

= 25%

2. વાર્ષિક રિટર્ન:

આ પ્રકારનું રિટર્ન તે રિટર્ન દર્શાવે છે જે વાર્ષિક ધોરણે કોઈના મ્યુચ્યુઅલ ફંડ દ્વારા કમાયેલ છે. વાર્ષિક રિટર્ન એ ધારણા સાથે કાર્ય કરે છે કે કોઈ વ્યક્તિનું મ્યુચ્યુઅલ ફંડ સતત દરે વધી ગયું છે, જોકે આમ ઘણીવાર હોતું નથી. વાર્ષિક રિટર્નની ગણતરી નીચેના ફોર્મ્યુલા દ્વારા કરવામાં આવે છે.

વાર્ષિક રિટર્ન = (અંતિમ રોકાણ મૂલ્ય અને રોકાણ કરેલ પ્રારંભિક રકમ)^ (1/વર્ષની સંખ્યા) — 1

ઉપર ના ઉદાહરણનો ઉપયોગ કરીને, જો આપણે બધા નંબરો નાખીએ, તો આપણને વાર્ષિક 8.5% રિટર્નનો દર મળે છે.

3. કમ્પાઉન્ડેડ વાર્ષિક વૃદ્ધિ દર (સીએજીઆર (CAGR))

મ્યુચ્યુઅલ ફંડ રિટર્નનું મૂલ્યાંકન કરવાનું ત્રીજું માધ્યમ સીએજીઆર (CAGR) અથવા કમ્પાઉન્ડ વાર્ષિક વૃદ્ધિ દર છે. સીએજીઆર (CAGR) અમને ચોક્કસ સમયગાળામાં ચોક્કસ રોકાણની વૃદ્ધિ આપે છે. સીએજીઆર (CAGR) તે વ્યાજને પણ ધ્યાનમાં લે છે જે કોઈના મુખ્ય રોકાણ તેમજ વ્યાજ પર પ્રાપ્ત થયેલ છે. સીએજીઆર (CAGR) કોઈ વ્યક્તિના રોકાણોના રિટર્નનું વિશ્લેષણ કરવાનું એક આવશ્યક સાધન છે કારણ કે તે પૈસાના સમય મૂલ્યને શામેલ કરી શકે છે.

સંપૂર્ણ રિટર્નની તુલનામાં, સીએજીઆર (CAGR) રોકાણકારોને એક ચોક્કસ મ્યુચ્યુઅલ ફંડ યોજનામાં 'સારું' રોકાણ કેવી રીતે કરી શકાય છે તેની વધુ વ્યાપક ચિત્ર પ્રદાન કરે છે.

4. રિટર્નનો વિસ્તૃત આંતરિક દર

રોકાણના એસઆઈપી (SIP) મોડ માટે મ્યુચ્યુઅલ ફંડ રિટર્નની ગણતરી કરવા માટે એક્સઆઈઆરઆર (XIRR) અથવા વિસ્તૃત આંતરિક દરનો ઉપયોગ કરવામાં આવે છે. એસઆઈપી (SIPs) અથવા સિસ્ટમેટિક ઇન્વેસ્ટમેન્ટ પ્લાનમાં નિયમિતપણે એક ચોક્કસ પૂર્વનિર્ધારિત સમયના અંતરાલ પર મ્યુચ્યુઅલ ફંડ સ્કીમમાં નાની રકમનું રોકાણ કરવું શામેલ છે. જો કોઈ માસિક હપ્તાઓની ચુકવણી કરવાનું પસંદ કરે છે અને તેઓ એક ચોક્કસ દિવસે તેમની રોકાણ કરેલી રકમને રિડીમ કરે છે, તો તેમના એસઆઈપી (SIP) માટે રિટર્ન તેમની હોલ્ડિંગ અવધિના આધારે બદલાશે. જ્યારે તમે એસઆઈપી (SIP) ના માર્ગ દ્વારા રોકાણ કરવાનું પસંદ કરો છો, ત્યારે તમે મહિનાના તે દિવસ માટે તેના એનએવી (NAV) પર આધારિત મ્યુચ્યુઅલ ફંડ સ્કીમ ખરીદો. એકવાર તમારી ઇન્વેસ્ટ કરેલી રકમ રિડીમ થઈ જાય પછી, તમને જે દિવસે તમે તેને રિડીમ કરવાનું પસંદ કરો છો તે દિવસે તમારા ભંડોળના એનએવી (NAV) અને તમારી પાસે એકંદરે રહેલા એકમોની સંખ્યાના ગુણાકારને સમકક્ષ રકમ મળે છે.

બજારમાં ઘણી બધી મ્યુચ્યુઅલ ફંડ સ્કિમ્સ હોવાથી કોઇ પણ વ્યક્તિને પ્રશ્ન થાય છે કે કઈ સ્કિમ શ્રેષ્ઠ હોઇ શકે છે. પરંતુ "શ્રેષ્ઠ"નો અર્થ સમજવો એ મહત્ત્વપૂર્ણ છે.

સામાન્યપણે લોકો તાજેતરની અવધિમાં "શ્રેષ્ઠ" દેખાવ કરનારી એટલે કે જે સ્કિમ્સે તાજેતરમાં સૌથી ઊંચું વળતર આપ્યું હોય એવી સ્કિમ્સને પસંદ કરવાનું વલણ ધરાવે છે.

જો તમે ડિસેમ્બરમાં યુએસએમાં બનેલી ફિલ્મ જોશો તો તમને જોવા મળશે એકંદરે લોકોએ ગરમ વસ્ત્રો પહેર્યા હશે. કોઇ વ્યક્તિને તે ખરેખર ગમી શકે છે અને તે પ્રાપ્ત કરવાની ઇચ્છા પણ રાખતા હોઇ શકે છે. જોકે શું તમે કલ્પના કરી શકો કે કોઇ વ્યક્તિ મુંબઈ કે ચેન્નઇના માર્ગોમાં ગરમ વસ્ત્રો પહેરીને ફરતી હોય?

એ નામનો વ્યક્તિ પોતાના સ્વપ્નના ઘર માટે ડાઉન પેમેન્ટ કરવા માટે પૂરતા નાણાં એકત્રિત કરવાનો લક્ષ્યાંક ધરાવે છે. તેમણે થોડી મ્યુચ્યુઅલ ફંડ સ્કિમ્સમાં એસઆઇપી શરૂ કરી હતી. જોકે તેમણે નાણાં થોડાક ઓછા પડી રહ્યા હતા તેમ છતાં પણ તેઓ તેમણે જે કંઇ એકત્રિત કર્યું હતું તેનાથી અનુકૂળ હતા.

જ્યારે તેમની કંપનીએ સ્ટાર કર્મચારીઓ માટે કેશ રિવોર્ડની જાહેરાત કરી ત્યારે તેમને સુખદ સરપ્રાઇઝ મળ્યું હતું અને તેઓ આ સ્ટાર કર્મચારીઓ પૈકીના એક હતા.ઘરની ખરીદી માટે થોડો સમય લાગવાનો હતો, પણ કેટલો તેના વિશે તેઓ નિશ્ચિત નહોતા. ચુકવણીને એક સમયગાળા માટે પણ આયોજિત કરી શકાય છે.

તેમના સલાહકારે લિક્વિડ મ્યુચ્યુઅલ ફંડ્ઝ સૂચવ્યા હતા, કારણ કે તે ટૂંકા ગાળામાં નાણાંની જરૂરિયાત હોય અને સમયગાળો અનિશ્ચિત હોય ત્યારે તેઓ આદર્શપણે યોગ્ય હોય છે. તે જ્યારે પણ જરૂરિયાત ઊભી થાય ત્યારે આંશિક નાણાંનો કે સમગ્ર નાણાંનો ઉપાડ કરવાની લવચિકતા પણ આપે છે.

તેથી લાંબા ગાળા અને ટૂંકા ગાળાના ધ્યેયો બંને માટે ઘણી બધી મ્યુચ્યુઅલ ફંડ સ્કિમ્સ ઉપલબ્ધ છે.

આ જ તર્ક મ્યુચ્યુઅલ ફંડ્ઝમાં પણ લાગુ થાય છે. મ્યુચ્યુઅલ ફંડ માટે "શ્રેષ્ઠ" જેવું કશું હોતું નથી. કોઇ ખાસ પરિસ્થિતિમાં શું યોગ્ય છે અને તમારા રોકાણ ઉદ્દેશ સાથે શું સુસંગત છે હંમેશાં તે મહત્ત્વપૂર્ણ હોય છે.

ટૂંકા ગાળાની જરૂરિયાતોની તુલનામાં લાંબી અવધિના ધ્યેયો માટે વિભિન્ન ફંડ્ઝ હોય છે. આક્રમક ફંડ્ઝ સાધારણ ફંડ્ઝ કે પરંપરાગત

ફંડઝની તુલનામાં ઘણા અલગ હોય છે. તરલતા કે સંપત્તિ સંચયની તુલનામાં આવક સર્જન માટેનાં ફંડઝ અલગ હોય છે.તેથી શ્રેષ્ઠ માટે શોધ કરશો નહીં, પરંતુ સૌથી યોગ્ય હોય તેમના માટે શોધ કરો.

મ્યુચ્યુઅલ ફંડઝનો શ્રેષ્ઠ ભાગ એ છે કે તમારો નાણાકીય ધ્યેય ભલે ગમે તે હોય પણ તમે તેના માટે યોગ્ય સ્કિમ મેળવી શકો છો.તેથી જો તમે તમારી નિવૃત્તિ કે તમારા બાળકના ભવિષ્યના શિક્ષણની યોજના કરવા જેવા લાંબા ગાળાના નાણાકીય ધ્યેય ધરાવતા હોય તો ઇક્વિટી ફંડઝ ધ્યાનમાં લેવા જેવી પસંદગી બની શકે છે.જો તમારો પ્રયત્ન સંભવિત નિયમિત આવકનું સર્જન કરવાનો હોય તો તમે ફિક્સ્ડ ઇન્કમ ફંડને ધ્યાનમાં લઈ શકો છો.

સૌ પ્રથમ તમારા રોકાણની જરૂરિયાત માટે યોગ્ય સ્કિમ પસંદ કરવી મહત્ત્વપૂર્ણ છે. તમે જ્યારે પ્રવાસ કરો ત્યારે પરિવહનનાં સાધનની પસંદગીનો નિર્ણય કેવી રીતે લો છો? તમે ચાલતા જવા માગો છો, ઓટો રિક્ષા, ટ્રેન કે પછી ફ્લાઇટ લેવા માગો છો, આ બધુ તમારા ગંતવ્ય સ્થાન, તમારી પાસે ઉપલબ્ધ બજેટ અને પ્રવાસના સમય પર આધાર રાખે છે.તમારા નાણાકીય ધ્યેયોની યોજના ઘડવામાં પણ સમાન પ્રકારના સિદ્ધાંતનો ઉપયોગ થાય છે.પ્રવાસની વિભિન્ન જરૂરિયાત માટે પરિવહનના વિભિન્ન સાધનો છે – વિભિન્ન જરૂરિયાતો માટે વિભિન્ન સ્કિમ્સ છે.

વ્યક્તિ ખૂબ ટૂંકા ગાળાની જરૂરિયાત માટે લિક્વિડ ફંડઝને; મધ્યમ ગાળાની જરૂરિયાત માટે ઇન્કમ ફંડઝ અને લાંબા ગાળાની જરૂરિયાત માટે ઇક્વિટી ફંડઝને (કે વિવિધ ફંડઝનાં સંયોજન) ધ્યાનમાં લઈ શકે છે. વિવિધ રોકાણકારો પોતે લેવા ઇચ્છતા હોય એવા જોખમોને આધારે સમાન અસ્કયામતની કેટેગરીની વિભિન્ન યોજનાઓમાં રોકાણ કરી શકે છે.

યાદ રાખો કે દરેક રોકાણની જરૂરિયાત માટે મ્યુચ્યુઅલ ફંડઝમાં ઉકેલો ઉપલબ્ધ છે. કયો ઉકેલ યોગ્ય હશે એ જાણવા માટે વ્યક્તિની વિશિષ્ટ જરૂરિયાતને સમજવી ઘણી મહત્ત્વપૂર્ણ છે.

તમને અચાનક આકસ્મિક નાણાંનો લાભ થયો હોય અને તેનું રોકાણ ક્યાં કરવું એ અંગે તમે હજુ સુધી નિર્ણય લીધો ન હોય તો તમે લિક્વિડ ફંડને ધ્યાનમાં લઈ શકો છો. તમારી કાર્યકારી મૂડીનું રોકાણ

કરવા માટે લિક્વિડ ફંડ બચત ખાતા અથવા ચાલુ ખાતાનો શ્રેષ્ઠ પૂરક છે.મ્યુચ્યુઅલ ફંડ્ઝ પણ કરની બચત કરવા માટે રોકાણના વિકલ્પો ઓફર કરે છે. ઇક્વિટી લિંક્ડ સેવિંગ સ્કિમ્સ (ઇએલએસએસ) .

આજકાલ રોકાણકારો પાસે વધુ પડતી જાણકારી હોય છે, જે તેમને મૂંઝવણમાં મૂકી દે છે. ગભરાઇ જવાની કે ભૂલ થવાની શક્યતા ઊંચી હોય છે.આવા સમયે જ રોકાણ સલાહકાર કે મ્યુચ્યુઅલ ફંડ વિતરકની સલાહ આપવામાં આવે છે.

તેઓ રોકાણકારની નાણાકીય સ્થિતિની આકારણી કરે છે અને વ્યક્તિના નાણાકીય ધ્યેયોને ધ્યાનમાં લે છે. આને આધારે તેઓ કે તેની રોકાણ કરવા માટે વિભિન્ન સ્કિમ્સની ભલામણ કરે છે. હવે સ્વાભાવિક છે કે આવી વ્યક્તિ વિભિન્ન મ્યુચ્યુઅલ ફંડ સ્કિમ્સ અંગે ઘણી સમજ પણ ધરાવતા હોય તે જરૂરી છે અને તેમણે રોકાણકારની પરિસ્થિતિ તેમ જ ભલામણ કરેલી વિભન્ન સ્કિમ્સ પર નિયમિતપણે નજર રાખવાની જરૂર હોય છે. આવો અભિગમ રોકાણકારને મ્યુચ્યુઅલ ફંડ્ઝમાં રોકાણ મારફતે નાણાકીય ધ્યેયો હાંસલ કરવામાં મદદ કરે છે.

સંદર્ભ :

https://www.mutualfundssahihai.com/
https://gu.wikipedia.org/
https://www.angelone.in
https://www.5paisa.com

અહીં આપેલી માહિતી માત્ર ધારણાઓ અને માહિતી પર આધારિત છે..આ પુસ્તક કે કોઈપણ પ્રકારની માન્યતા, માહિતીને સમર્થન આપતું નથી. કોઈપણ માહિતી અથવા ધારણા પર અમલ કરતાં પહેલાં સંબંધિત નિષ્ણાતની સલાહ લો.

6

મ્યુચ્યુઅલ ફંડમાં એસઆઈપી શું છે?, કેવી રીતે કામ કરે છે?

એસઆઈપી એટલે સિસ્ટમેટિક ઇન્વેસ્ટમેન્ટ પ્લાન અથવા એસઆઈપી મ્યુચ્યુઅલ ફંડમાં રોકાણ કરવાની એક પદ્ધતિ છે જ્યાં રોકાણકાર મ્યુચ્યુઅલ ફંડ યોજનાનો વિકલ્પ પસંદ કરે છે અને તેમાં નિશ્ચિત સમયગાળા પર રોકાણ કરે છે. એક એસઆઈપી રોકાણ યોજના એક વખતની મોટી રકમનું રોકાણ કરવાના બદલે સમયસર નાની રકમનું રોકાણ કરીને કામ કરે છે જેના પરિણામે વધુ વળતર મળી શકે છે.

એકવાર તમે સિસ્ટમેટિક ઇન્વેસ્ટમેન્ટ પ્લાન પસંદ કર્યા પછી, રકમ આપોઆપ તમારા બેંક એકાઉન્ટમાંથી ડેબિટ કરવામાં આવશે અને મ્યુચ્યુઅલ ફંડમાં ફરીથી ઇન્વેસ્ટ કરવામાં આવશે જે તમે અમુક પૂર્વનિર્ધારિત સમયના અંતરાલ પર ખરીદી કરો છો. દિવસના અંત સુધી, તમને તમારા મ્યુચ્યુઅલ ફંડની એકમો ફાળવવામાં આવશે જે તેના ચોખ્ખી સંપત્તિ મૂલ્ય પર આધારિત છે.

ભારતમાં એસઆઈપી યોજનામાં દરેક રોકાણ સાથે, બજાર દર મુજબ કોઈપણ વધારાની એકમો તમારા ખાતામાં ઉમેરવામાં આવશે. દરેક ઇન્વેસ્ટમેન્ટ સાથે, તમે જે રકમ ફરીથી ઇન્વેસ્ટ કરો છો તે રકમ તમે તે ઇન્વેસ્ટમેન્ટ પર જોતા કોઈપણ રિટર્ન ઉપરાંત મોટી રહેશે. રોકાણકાર એસઆઈપીના સમયગાળાના અંતમાં અથવા કોઈપણ સમયગાળાના અંતરાલ પર વળતર પ્રાપ્ત કરવું કે નહીં તે નક્કી કરે છે. ચાલો એક ઉદાહરણનો ઉપયોગ કરીને તેને વધુ સારી રીતે સમજવાનો પ્રયત્ન કરીએ.

ધારો કરો કે તમે તમારી પસંદગીના મ્યુચ્યુઅલ ફંડમાં રોકાણ કરવા માંગો છો. તે અનુસાર, તમે તેમાં રોકાણ કરવા માટે રૂપિયા 1 લાખની રકમ અલગ રાખી છે. એવા બે રીતો છે જેમાં તમે આ રોકાણ કરવાનું પસંદ કરી શકો છો. તમે તમારી પસંદગીના મ્યુચ્યુઅલ ફંડમાં રૂપિયા 1 લાખની એક વખતની ચુકવણી કરી શકો છો, જેને એક લમ્પસમ ઇન્વેસ્ટમેન્ટ તરીકે ઓળખવામાં આવે છે. વૈકલ્પિક રીતે, તમે એસઆઈપી નો ઉપયોગ કરીને રોકાણ કરવાનું પસંદ કરી શકો છો. ઉદહારણ તરીકે

તમે દર મહિને તમારા એસઆઈપી દ્વારા રોકાણ કરવા માંગો છો તે રકમ સેટ કરીને શરૂ કરો. ચાલો ખાતરી કરીએ કે તમે રૂપિયા 500 પસંદ કરો.

– આના પછી, દર મહિને રૂપિયા 500 તમારા એકાઉન્ટમાંથી કાપવામાં આવશે, અને આપોઆપ મ્યુચ્યુઅલ ફંડમાં જમા કરવામાં આવશે જે તમે દર મહિને ચોક્કસ નિશ્ચિત તારીખે રોકાણ કરવા માંગો છો.

– આ પ્રક્રિયા તમે તમારા સિસ્ટમેટિક ઇન્વેસ્ટમેન્ટ પ્લાન માટે પસંદ કરેલ સમયગાળા સુધી ચાલુ રહેશે.

વ્યવસ્થિત રોકાણ યોજનાઓના પ્રકારો

નીચે વિવિધ પ્રકારના વ્યવસ્થિત રોકાણ યોજનાઓ છે જેમાં તમે રોકાણ કરવાનું વિચારી શકો છો:

ટૉપ–અપ એસઆઈપી:

આ પ્રકારના સિસ્ટમેટિક ઇન્વેસ્ટમેન્ટ પ્લાન તમને સમયાંતરે તમારી રોકાણની રકમ વધારવા માટે સક્ષમ બનાવે છે જ્યારે તમારી

પાસે વધુ આવક હોય ત્યારે વધુ રોકાણ કરવાની સુવિધા આપે છે. આ પ્રકારનું એસઆઈપી નિયમિત સમયગાળા પર શ્રેષ્ઠ તેમજ સૌથી વધુ ઉચ્ચ પ્રદર્શન ભંડોળમાં રોકાણ કરીને તેમના રોકાણોમાંથી સૌથી વધુ વધારો કરવામાં મદદ કરે છે.

ફ્લેક્સિબલ એસઆઈપી:

તેના નામથી સૂચવેલ અનુસાર, આ પ્રકારનો સિસ્ટમેટિક ઇન્વેસ્ટમેન્ટ પ્લાન તેની સાથે તમે જે રકમમાં રોકાણ કરવા માંગો છો તેની લવચીકતા ધરાવે છે. રોકાણકારના રોકડ પ્રવાહ અને જરૂરિયાતો અથવા પસંદગીઓ મુજબ રોકાણ કરવાની રકમ વધારી અથવા ઘટાડી શકાય છે.

સતત એસઆઈપી:

આ પ્રકારનો એસઆઈપી પ્લાન તમને નિયત તારીખ સુધી કોઈપણ વિલંબ વિના તમારા રોકાણોને સંચાલિત કરવામાં સક્ષમ બનાવે છે. સામાન્ય રીતે, એક વ્યવસ્થિત રોકાણ યોજનામાં એક વર્ષ, ત્રણ વર્ષ અથવા પાંચ વર્ષની રોકાણની સમાપ્તિની તારીખ હોય છે. તેથી, રોકાણકાર પાસે રોકાણ કરેલી રકમ ઉપાડવાની સ્વતંત્રતા છે કે તે તેના નાણાંકીય લક્ષ્યો અનુસાર રોકાણ કરવા માંગે છે કે નહીં.

એસઆઈપી કરવાના લાભો

તમને વધુ અનુશાસિત રોકાણકાર બનાવે છે:

જો તમારી પાસે બજાર જે રીતે આગળ વધે છે તે વિશે શ્રેષ્ઠ નાણાંકીય જ્ઞાન નથી, તો એસઆઈપી આદર્શ રોકાણ વિકલ્પ બનાવી શકે છે. કોઈપણમાં રોકાણ કરવા માટે યોગ્ય સમય શોધવા માટે તમારે માર્કેટ નું વિશ્લેષણ કરવાનો સમય ખર્ચ કરવાની જરૂર નથી. એસઆઈપી સાથે, તમારા પૈસા આપોઆપ તમારા લિંક કરેલ બેંક એકાઉન્ટમાંથી કાપવામાં આવે છે અને તે તમારા મ્યુચ્યુઅલ ફંડ તરફ જાય છે. તેથી, તમે બેક અને રિલેક્સ કરી શકો છો. વધુમાં, તમારા લમ્પસમ ઇન્વેસ્ટમેન્ટથી વિપરીત, એક SIP સુનિશ્ચિત કરે છે કે તમે તમારા ઇન્વેસ્ટમેન્ટને સમયગાળાના પરિણામે વધારવા માટે સક્રિય રીતે કામ કરો.

રૂપિયાનો સરેરાશ ખર્ચ:

એસઆઈપીના મુખ્ય ફાયદાઓમાંથી એક રૂપિયા સરેરાશ ખર્ચ છે. તમે જે રકમ ઇન્વેસ્ટ કરો છો તે લાંબા સમય સુધી સતત રહે છે, તેથી રૂપિયા સરેરાશ ખર્ચ સાથે તમે બજારમાં સૌથી વધુ અસ્થિરતા મેળવી શકો છો. તમે જે નિશ્ચિત રકમ રોકાણ કરવાનું પસંદ કરો છો તે સૂચવે છે કે તમારું SIP દરેક એકમના મૂલ્યને સરેરાશ કરશે. તેથી, એકવાર બજાર ઓછી હોય તે પછી તમે વધુ એકમો ખરીદવાનું પસંદ કરી શકો છો અને જ્યારે બજારો ઉચ્ચ હોય ત્યારે ઓછી એકમો પસંદ કરી શકો છો. આખરે, આ તમારા સરેરાશ ખર્ચને એકમ દીઠ ઓછી કરશે.

ચક્રવૃદ્ધિની શક્તિ:

એસઆઈપી રોકાણના અનુશાસિત માધ્યમો માટે બનાવે છે કારણ કે તેઓ સુનિશ્ચિત કરે છે કે તમારા રોકાણો સતત વધશે. સંપૂર્ણ પ્રક્રિયાનું સ્વચાલન તમારા રોકાણોને સમયસર વધારવાની મંજૂરી આપે છે જેમાં તમે સમયસર રોકાણ કરવાનું ભૂલી શકો છો. વાસ્તવમાં, એક એસઆઈપી ની બાબત એ છે કે તમે રોજિંદા ધોરણે રોકાણ કરો છો તે નાની રકમને એક મોટી કોર્પસમાં વિકસિત કરવાની મંજૂરી આપે છે જેમાં વર્ષોથી કમ્પાઉન્ડ કરેલા રિટર્ન સાથે તમારા યોગદાનની રકમ બની ગઈ છે. એક સામટી રકમનું રોકાણ કરવાની ઝંઝટ વગર કમ્પાઉન્ડિંગની શક્તિ એસઆઈપીને સ્ટાન્ડર્ડ ઇન્વેસ્ટમેન્ટ વિકલ્પો પર એક ખાસ લાભ આપે છે.

જો તમે શરૂવાત કરતા હો તો એસઆઈપી એક શ્રેષ્ઠ રોકાણ વિકલ્પ બનાવે છે જેની માટે મોટી રકમની મૂડીની જરૂર નથી. એસઆઈપી સરેરાશ રૂપિયાના ખર્ચના ફાયદા સાથે આવે છે, કોઈને વધુ શિસ્તવાળા રોકાણકાર બનવા માટે સક્ષમ બનાવે છે, અને કોઈને કમ્પાઉન્ડિંગની શક્તિથી લાભ મેળવવાની મંજૂરી આપી શકે છે.

સંદર્ભ :

https://www.mutualfundssahihai.com/
https://gu.wikipedia.org/
https://www.angelone.in
https://www.5paisa.com

અહીં આપેલી માહિતી માત્ર ધારણાઓ અને માહિતી પર આધારિત છે..આ પુસ્તક કે કોઈપણ પ્રકારની માન્યતા, માહિતીને સમર્થન

આપતું નથી. કોઈપણ માહિતી અથવા ધારણા પર અમલ કરતાં પહેલાં સંબંધિત નિષ્ણાતની સલાહ લો.

7

મ્યુચ્યુઅલ ફંડમાં એસટીપી/સિસ્ટેમેટિક વિડ્રોવલ પ્લાન શું છે?

સિસ્ટમેટિક ઇન્વેસ્ટમેન્ટ પ્લાન (SIP)નો ઉપયોગ કરીને એક્સચેન્જ-ટ્રેડેડ ફંડ્સ (ETFs) અને મ્યુચ્યુઅલ ફંડ્સમાં રોકાણ કરવું એ એક સિસ્ટમેટિક ટ્રાન્સફર પ્લાન (STP) (SIP) ને સમજવા માટેની એક સામાન્ય પદ્ધતિ છે.

વ્યવસ્થિત રોકાણ યોજનાઓ નો ઉપયોગ રોકાણકારોને દર મહિને ચોક્કસ રકમનું રોકાણ કરવાની શિસ્ત આપે છે. એસઆઈપી સરેરાશ રૂપિયાના ખર્ચ અને અન્ય લાભોને કારણે રોકાણની અસ્થિરતા સાથે વ્યવહાર કરવાની સૌથી મોટી પદ્ધતિ છે.

એસટીપી એ એક સુવિધા છે જે યુનિટ હોલ્ડર્સને નિયમિત ધોરણે એક યોજનામાંથી બીજી યોજનામાં પૂર્વનિર્ધારિત એકમોની પસંદગીને ટ્રાન્સફર કરવાની મંજૂરી આપે છે. સરળ સ્વિચિંગ દ્વારા, એસટીપી સેવા રોકાણકારોને તેમના રોકાણ પોર્ટફોલિયોને રિબેલેન્સ કરવામાં સહાય કરે છે.આ સાધનોનો ઉપયોગ અસ્થિરતાને ઘટાડવામાં અને

નાણાંકીય ઉદ્દેશો પ્રાપ્ત કરવામાં મદદ કરી શકે છે. ઓછા-રિસ્ક મની માર્કેટ અથવા લિક્વિડ ફંડમાં રોકાણ કરવું અને પછી પદ્ધતિથી ઇક્વિટી ફંડમાં સેટ રકમને ટ્રાન્સફર કરવાથી રોકાણકારને બેંક ડિપોઝિટ કરતાં વધુ સારા રિટર્ન મેળવતી વખતે સરેરાશ ખર્ચથી લાભ મેળવવાની મંજૂરી મળે છે.

આ રોકાણકારો માટે એક વિકલ્પ છે. ભંડોળના નિયમિત સ્થળાંતર ઇક્વિટીઝ ફંડમાં રોકાણકારોને બજારના હસ્તકલાઓ વિશે આરામ આપવાની મંજૂરી આપે છે. તમે એક મહિને ઇક્વિટી ફંડમાં ₹25,000 જમા કરવાની યોજના બનાવી શકો છો જેથી નીચેના 20 મહિનાઓમાં.રોકાણકાર અસ્થિરતાનો લાભ લે છે અને ખરીદીનો ખર્ચ ઘટાડવાનો સંચાલન કરે છે, ઉદાહરણ તરીકે, જો ગ્રાહક લમ્પસમમાં 5,00,000 કમાવે છે અને લિક્વિડ ફંડમાં રોકાણ કરે છે. આઐવા રોકાણકારો માટે આદર્શ છે જેઓ ઇક્વિટીઝ ફંડ્સમાં કામ કરવા માંગે છે પરંતુ બજારમાં સમય લેવાનો પ્રયત્ન કરવા વિશે ચિંતિત છે.

STP લાભ રોકાણકારોને કેવી રીતે મળે છે?

1. વધુ રિટર્ન

એસટીપી સામાન્ય રીતે વધુ નફામાં પરિણામ આવે છે. કારણ કે, એસટીપી સાથે, તમે એક લિક્વિડ (લિક્વિડ) ના બદલે એક ડેબ્ટ ફંડમાં લમ્પ રકમ મૂકશો. લિક્વિડ ફંડ્સ પર રિટર્ન 7 થી 9 ટકા હોઈ શકે છે, જે સેવિંગ એકાઉન્ટ પર રિટર્ન કરતાં વધુ હોય છે, જે માત્ર 4 ટકા છે.

2. સતત નફાકારક રિટર્ન

STP ની રિટર્ન ખૂબ જ આધારિત છે. જ્યાં સુધી પૈસા તમારા સ્રોત ફંડ (ડેબ્ટ ફંડ)માં બેસી રહ્યા હોય, ત્યાં સુધી તમે વ્યાજ પ્રાપ્ત કરવાનું ચાલુ રાખશો, જ્યાં સુધી તમે તે બધાને ખસેડતા નથી.

3. નિવૃત્તિ રક્ષણ માટે

તમે તમારી નિવૃત્તિ બચત વ્યૂહરચનાના ભાગ રૂપે ઇક્વિટીઝ ફંડમાં 30 વર્ષની એસઆઈપી શરૂ કરી છે. જેમ તમે નિવૃત્તિની નજીક મેળવો છો, તમારા ભંડોળના મૂલ્યને સુરક્ષિત કરવા માટે સિસ્ટમેટિક ઉપાડ યોજના (એસટીપી) લાગુ કરવાનું વિચારો.

તમે ફંડ હાઉસને તમારા સૂચના પર ઇક્વિટી ફંડમાંથી ડેબ્ટ ફંડમાં ચોક્કસ રકમ ખસેડવા માટે કહો. જ્યારે તમે રિટાયર થાવ છો, ત્યારે તમારી પાસે તમારા બધા પૈસા સુરક્ષિત જગ્યાએ રહેશે.

4. રૂપિયાનો સરેરાશ

સિસ્ટમેટિક ટ્રાન્સફર પ્લાન્સ (એસટીપી) ઉચ્ચ એનએવી અને વધુ એકમો પર ઓછી કિંમત પર ઇન્વેસ્ટમેન્ટ ખર્ચની ખરીદી કરે છે. દરેક વખતે તમારા પૈસા એક ફંડથી બીજામાં ખસેડવામાં આવે છે, તે ભંડોળના વ્યવસ્થાપન વધુ એકમો ખરીદશે.

પરિણામસ્વરૂપે, તમે રૂપિયાના સરેરાશ ખર્ચથી લાભ મેળવશો, જે સમયસર તમારા રોકાણને પ્રતિ એકમ ખર્ચને ઘટાડે છે.

5. પોર્ટફોલિયો ઇક્વિલિબ્રિયમને ફરીથી સ્થાપિત કરવું

તમારા ઇન્વેસ્ટમેન્ટ પોર્ટફોલિયોમાં ઋણ અને ઇક્વિટીનું સ્વસ્થ મિશ્રણ શામેલ હોવું જોઈએ. પોર્ટફોલિયોને રિબેલેન્સ કરવા અને વધુ રિટર્ન પ્રાપ્ત કરવા માટે એસટીપીનો ઉપયોગ કરીને ડેબ્ટથી ઇક્વિટી ફંડમાં રોકાણ કરવામાં આવે છે.

એસટીપી કેએસઆઈપી: તમારે શું પસંદ કરવું જોઈએ?

એસટીપીનો ઉપયોગ કરીને કોઈ ચોક્કસ ભંડોળમાં રોકાણ કરવું એક વ્યવસ્થિત રોકાણ યોજના (એસઆઈપી) ની સ્થાપના સમાન છે. જોકે, જો તમારી પાસે રોકાણ કરવા માટે મોટી રકમના પૈસા છે, તો એસટીપી આગળ વધવાનો માર્ગ છે.

સિસ્ટેમેટિક વિડ્રોવલ પ્લાન (એસડબ્લ્યુપી) શું છે

કેટલાક લોકો નિયમિત આવક માટે મ્યુચ્યુઅલ ફંડ્ઝમાં રોકાણ કરે છે અને તેઓ સામાન્યપણે ડિવિડન્ડ મેળવવાનો વિકલ્પ પણ જુએ છે. તેથી ઘણી સ્કિમ્સ ખાસ કરીને ડેટ સાથે સંબંધ ધરાવતી સ્કિમ્સ માસિક કે ત્રિમાસિક ડિવિડન્ડના વિકલ્પો ધરાવતી હોય છે. એ નોંધવું મહત્ત્વપૂર્ણ છે કે ડિવિડન્ડનું વિતરણ સ્કિમને થતા નફા કે લાભમાંથી કરવામાં આવે છે અને દર મહિને તે મળશે જ તેની કોઇ બાંયધરી હોતી નથી. ફંડ હાઉસ સતત ડિવિડન્ડ્સ આપવાનો પ્રયત્ન કરે છે તેમ છતાં પણ વિતરણ કરી શકાતી સરપ્લસ બજારની ગતિવિધિઓ અને ફંડના દેખાવ દ્વારા નિર્ધારિત થાય છે.

માસિક આવક પ્રાપ્ત કરવા માટેની અન્ય એક પદ્ધતિ છેઃ સિસ્ટેમેટિક વિડ્રોવલ પ્લાન (એસડબ્લ્યુપી)નો ઉપયોગ. અહીં તમારે સ્કિમના ગ્રોથ પ્લાનમાં રોકાણ કરવું પડશે અને માસિક ચુકવણીના રૂપે આવશ્યક નિશ્ચિત સ્થાયી રકમ સ્પષ્ટ કરવાની રહેશે. ત્યાર પછી એક નિર્ધારિત તારીખે નિશ્ચિત રકમને સમાન હોય એટલા યુનિટ્સ રિડિમ થશે. ઉદાહરણ તરીકે રોકાણકાર રૂ. 10 લાખનું રોકાણ કરી શકે છે અને દર મહિનાની 1લી તારીખના રોજ રૂ. 10,000 પ્રાપ્ત કરવાની વિનંતી કરે છે. તો રૂ. 10,000નાં મૂલ્યનાં યુનિટ્સ દર મહિનાની 1લી તારીખે રિડિમ થશે. એ નોંધવું મહત્ત્વપૂર્ણ છે કે ડિવિડન્ડ અને એસડબ્લ્યુપી બંને માટે કર વ્યવસ્થા અલગ અલગ હોય છે અને રોકાણકારોએ તે અનુસાર યોજના બનાવવી પડશે. માસિક આવક નિશ્ચિત નથી અને તેનું અર્ધઘટન ભવિષ્યનાં વળતરની બાંયધરી તરીકે કરવું જોઇએ નહીં.

સંદર્ભ :

https://www.mutualfundssahihai.com/
https://gu.wikipedia.org/
https://www.angelone.in
https://www.5paisa.com

અહીં આપેલી માહિતી માત્ર ધારણાઓ અને માહિતી પર આધારિત છે..આ પુસ્તક કે કોઈપણ પ્રકારની માન્યતા, માહિતીને સમર્થન આપતું નથી. કોઈપણ માહિતી અથવા ધારણા પર અમલ કરતાં પહેલાં સંબંધિત નિષ્ણાતની સલાહ લો.

8

મ્યુચ્યુઅલ ફંડના ફાયદા અને ગેરફાયદા.

મ્યુચ્યુઅલ ફંડના ફાયદા મ્યુચ્યુઅલ ફંડના કેટલાક મુખ્ય ફાયદા નીચે સૂચિબદ્ધ છે: યોજનાઓની વિવિધતા મ્યુચ્યુઅલ ફંડ યોજનાઓની વિવિધ શ્રેણીઓ છે જે ફંડ હાઉસ દ્વારા વ્યક્તિઓની વિવિધ જરૂરિયાતોને પૂરી કરવા માટે શ્રેણીઓ કરવામાં આવી છે.

મ્યુચ્યુઅલ ફંડ યોજનાઓની વ્યાપક શ્રેણીઓમાં સમાવેશ થાય છેઇક્વિટી ફંડ્સ,ડેટ ફંડ, અનેહાઇબ્રિડ ફંડ. આ યોજનાઓ જોખમ અને વળતર, રોકાણની મુદત,અંતર્ગત પોર્ટફોલિયો રચના, અને તેથી વધુ. આ માપદંડોના આધારે, જોખમ-વિરોધી વ્યક્તિઓ ડેટ ફંડમાં રોકાણ કરવાનું પસંદ કરી શકે છે.

જ્યારે જોખમ ઈચ્છતી વ્યક્તિઓ ઇક્વિટી ફંડમાં રોકાણ કરવાનું પસંદ કરી શકે છે. હાઇબ્રિડ ફંડ જોખમ-તટસ્થ વ્યક્તિઓ દ્વારા પસંદ કરી શકાય છે. વૈવિધ્યકરણ મ્યુચ્યુઅલ ફંડના પોર્ટફોલિયોમાં સંખ્યાબંધ શેર, બોન્ડ અને અન્ય વિવિધ નાણાકીય સાધનોનો સમાવેશ થાય છે. પરિણામે, વ્યક્તિઓ માત્ર મ્યુચ્યુઅલ ફંડ સ્કીમમાં રોકાણ કરીને, વિવિધ સાધનોમાં તેમના હોલ્ડિંગમાં વિવિધતા લાવી

શકે છે. વધુમાં, વ્યક્તિઓ વિવિધ મ્યુચ્યુઅલ ફંડ યોજનાઓમાં તેમના હોલ્ડિંગમાં વિવિધતા પણ લાવી શકે છે.

દાખલા તરીકે, જે વ્યક્તિઓ ઉચ્ચ જોખમ-ભૂખ ધરાવે છે તેઓ તેમના હોલ્ડિંગનો મોટો હિસ્સો ઇક્વિટી ફંડમાં રોકાણ કરવાનું પસંદ કરી શકે છે, દાખલા તરીકે તેમના કુલ રોકાણના 60% અને બાકીનું દેવું. તેનાથી વિપરીત, જોખમ-વિરોધી વ્યક્તિઓ ઇક્વિટીમાં તેમના રોકાણના 70%, મોટા ભાગનું રોકાણ કરવાનું પસંદ કરશે. આમ, વ્યક્તિઓ તેમની જરૂરિયાતો અનુસાર તેમના હોલ્ડિંગમાં વિવિધતા લાવી શકે છે.

નાની રકમમાં રોકાણ કરો વ્યક્તિઓ કરી શકે છે. મ્યુચ્યુઅલ ફંડમાં રોકાણ કરો દ્વારાSIP અથવા વ્યવસ્થિતરોકાણ યોજના. SIP એ મ્યુચ્યુઅલ ફંડમાં રોકાણનો એક પ્રકાર છે જેમાં; વ્યક્તિઓએ નિયમિત સમયાંતરે નાની રકમનું રોકાણ કરવાની જરૂર છે. SIP દ્વારા, વ્યક્તિઓ ઘર ખરીદવા, વાહન ખરીદવા જેવા વિવિધ હેતુઓ હાંસલ કરવાનો પ્રયાસ કરે છે.નિવૃત્તિ આયોજન, અને તેથી વધુ. તેથી, SIP ને લક્ષ્ય-આધારિત રોકાણ તરીકે પણ ઓળખવામાં આવે છે.

વ્યક્તિઓ મ્યુચ્યુઅલ ફંડમાં ઓછામાં ઓછા INR 500 ના રોકાણ સાથે રોકાણ શરૂ કરી શકે છે. વ્યવસાયિક રીતે સંચાલિત મ્યુચ્યુઅલ ફંડ યોજનાઓ લાયક વ્યાવસાયિક નિષ્ણાતો દ્વારા સંચાલિત થાય છે. આ ફંડ મેનેજરોને સામેલ કરતા પહેલા તેમની ઓળખાણ ચકાસવામાં આવે છે.

આ વ્યક્તિઓ જાણે છેક્યાં રોકાણ કરવું પૈસા જેથી તેઓ મહત્તમ વળતર મેળવી શકે. વધુમાં, આ મ્યુચ્યુઅલ ફંડ્સ સારી રીતે નિયંત્રિત છે. તેઓએ નિયમિત અંતરાલ પર તેમના અહેવાલો પ્રકાશિત કરવાની જરૂર છે જેથી રોકાણકારો સમજી શકે કે મ્યુચ્યુઅલ ફંડ યોજના કેવું પ્રદર્શન કરી રહી છે.

ઉપરાંત, વિવિધ નિયમનકારી સત્તાવાળાઓ દ્વારા તેમનું નિરીક્ષણ કરવામાં આવે છે. તરલતા મ્યુચ્યુઅલ ફંડ ઓફર કરે છે.પ્રવાહિતા જેનો અર્થ છે કે વ્યક્તિઓ તેમની અનુકૂળતા મુજબ કોઈપણ સમયે મ્યુચ્યુઅલ ફંડમાંથી તેમના નાણાં સરળતાથી ઉપાડી શકે છે.

ચોક્કસ મ્યુચ્યુઅલ ફંડ યોજનાઓમાં, ખાસ કરીને કેટલીકલિક્વિડ ફંડ સ્કીમ્સ, વ્યક્તિઓ તેમના નાણાં આમાં જમા કરાવી શકે છેબેંક ઓર્ડર આપ્યાની 30 મિનિટની અંદર એકાઉન્ટ. અન્ય યોજનાઓમાં, આવિમોચન નિયત માર્ગદર્શિકા મુજબ થાય છે. તેથી, મ્યુચ્યુઅલ ફંડ્સના કિસ્સામાં તરલતાનું સ્તર ઊંચું છે.

મ્યુચ્યુઅલ ફંડમાં રોકાણ વિવિધ માધ્યમો દ્વારા કરી શકાય છે જેમ કે મ્યુચ્યુઅલ ફંડ વિતરકો, ફંડ હાઉસ, બ્રોકર્સ અને અન્ય વિવિધ એજન્સીઓ દ્વારા. જો કે, વિતરકોમાંથી પસાર થવું અનુકૂળ છે કારણ કે વ્યક્તિઓ એક છત નીચે વિવિધ ફંડ હાઉસ દ્વારા ઓફર કરવામાં આવતી સંખ્યાબંધ યોજનાઓ શોધી શકે છે.

વધુમાં, આ બ્રોકર્સ રોકાણનો એક ઓનલાઈન મોડ ઓફર કરે છે જેના દ્વારા વ્યક્તિઓ ગમે ત્યાંથી અને કોઈપણ સમયે તેમની અનુકૂળતા મુજબ રોકાણ કરી શકે છે. વધુમાં, તેઓ ગ્રાહકો પાસેથી કોઈ ફી લેતા નથી.

મ્યુચ્યુઅલ ફંડના ગેરફાયદા

વળતરની ગેરંટી નથી મ્યુચ્યુઅલ ફંડ પરના વળતરની ખાતરી નથી. આ એટલા માટે છે કારણ કે પોર્ટફોલિયોનો ભાગ બનાવતા દરેક સાધન જોખમનું ચોક્કસ તત્વ ધરાવે છે. તેથી, અમુક સાધનોમાં જોખમનું પ્રમાણ વધારે હોય છે જ્યારે અન્યમાં ઓછું હોય છે. વધુમાં, મ્યુચ્યુઅલ ફંડનું વળતર છેબજાર-જોડાયેલ. તેથી, મ્યુચ્યુઅલ ફંડ પરના વળતરની ખાતરી આપવામાં આવતી નથી.

જો કે, જો ઇક્વિટી ફંડ લાંબા સમય સુધી રાખવામાં આવે તો જોખમની સંભાવના ઘટી જાય છે. SIP મોડ દ્વારા રોકાણ કરીને પણ, વ્યક્તિઓ તેમનો સંપૂર્ણ હિસ્સો જોખમમાં મૂકતા નથી. પરિણામે, વ્યક્તિઓ આ તકનીકો દ્વારા મહત્તમ શક્ય વળતર મેળવી શકે છે. ખર્ચ ગુણોત્તર મ્યુચ્યુઅલ ફંડના કિસ્સામાં, તેની સાથે સંકળાયેલા ખર્ચ પણ નફો નક્કી કરવામાં મહત્ત્વની ભૂમિકા ભજવે છે. જો સંબંધિત ખર્ચ વધુ હોય,તો તે નફાના પાઇનો હિસ્સો ખાઈ જશે.

તેથી, વ્યક્તિઓએ કોઈપણ મ્યુચ્યુઅલ ફંડમાં રોકાણ કરતા પહેલા ખર્ચનો ગુણોત્તર તપાસવો જોઈએ જેથી કરીને જો તેઓ સારો નફો કમાય તો પણ તેઓને હાથમાં વધુ ન મળે. લોક-ઇન પીરિયડ ચોક્કસ

મ્યુચ્યુઅલ ફંડ જેમ કે ક્લોઝ એન્ડેડ ફંડ્સ અને ELSS લોક-ઇન સમયગાળો હોય છે જે દરમિયાન વ્યક્તિઓ તેમના નાણાં રિડીમ કરી શકતા નથી.

બીજા શબ્દોમાં કહીએ તો, આવા રોકાણમાં તેમના નાણાં બ્લોક થઈ જાય છે. તેથી, વ્યક્તિઓએ લોક-ઇન અવધિને ધ્યાનમાં લેતા સાવચેત રહેવું જોઈએ, અન્યથા, તેઓ જ્યારે જરૂર પડે ત્યારે નાણાંનો ઉપયોગ કરી શકશે નહીં. જો કે, ELSS ની ઉજળી બાજુ એ છે કે વ્યક્તિઓ INR 1,50 સુધીની કર કપાતનો દાવો કરી શકે છે, કલમ 80C નાઆવક વેરો એક્ટ,

મ્યુચ્યુઅલ ફંડના ફાયદા અને ગેરફાયદાને સમજ્યા પછી, શ્રેષ્ઠ મ્યુચ્યુઅલ ફંડ કેવી રીતે પસંદ કરવું.

તમારા રોકાણના ઉદ્દેશ્યનું વર્ણન કરો:

મ્યુચ્યુઅલ ફંડ સ્કીમમાં રોકાણ કરતા પહેલા વ્યક્તિઓએ પ્રથમ તેમના રોકાણના ઉદ્દેશ્યનું વર્ણન કરવાની જરૂર છે. અહીં, તેઓએ રોકાણ પરના તેમના અપેક્ષિત વળતર, રોકાણની મુદત, જોખમ-ભૂખ અને અન્ય સંબંધિત પરિબળોને પણ વ્યાખ્યાયિત કરવા જોઈએ. આ તેમને તેમની જરૂરિયાતોને અનુરૂપ યોજનાનો પ્રકાર પસંદ કરવામાં મદદ કરશે.

મ્યુચ્યુઅલ ફંડ રેટિંગસનું વિશ્લેષણ કરો:

જરૂરિયાતોને અનુરૂપ મ્યુચ્યુઅલ ફંડનો પ્રકાર પસંદ કર્યા પછી, આગળનું પગલું એ તપાસવાનું છે મ્યુચ્યુઅલ ફંડ રેટિંગ. આ તબક્કામાં, વ્યક્તિઓએ યોજનાની અગાઉની કામગીરી, તેની AUM, પોર્ટફોલિયો રચના, ભંડોળની ઉંમર, એક્ઝિટ લોડ અને અન્ય પરિબળોને ચકાસવાની જરૂર છે.

AMC પર સંશોધન કરો: વ્યક્તિઓએ AMC અને મ્યુચ્યુઅલ ફંડ સ્કીમનું સંચાલન કરતા ફંડ મેનેજરના ઓળખપત્રો તપાસવાની જરૂર છે. AMC પર સંશોધન મહત્ત્વપૂર્ણ છે કારણ કે તે AMC છે જે મ્યુચ્યુઅલ ફંડ યોજનાનું સંચાલન કરે છે.

તમારા રોકાણોનું નિરીક્ષણ કરો: આ છેલ્લું પગલું છે જ્યાં વ્યક્તિઓએ તેમના રોકાણ પર નિયમિતપણે દેખરેખ રાખવાની જરૂર છે. જો જરૂરી હોય તો તેઓ મહત્તમ શક્ય વળતર મેળવવા માટે તેમના

પોર્ટફોલિયોને ફરીથી સંતુલિત કરી શકે છે.

સંદર્ભ :

https://www.mutualfundssahihai.com/

https://gu.wikipedia.org/

https://www.angelone.in

https://www.5paisa.com

https://www.fincash.com/l/gu/mutual-funds-advantages-and-disadvantages

અહીં આપેલી માહિતી માત્ર ધારણાઓ અને માહિતી પર આધારિત છે..આ પુસ્તક કે કોઈપણ પ્રકારની માન્યતા, માહિતીને સમર્થન આપતું નથી. કોઈપણ માહિતી અથવા ધારણા પર અમલ કરતાં પહેલાં સંબંધિત નિષ્ણાતની સલાહ લો.